இதயம் இரும்பானால்

கா. ந. அண்ணாதுரை

Title: Idhayam Irumbaanal

Author: C. N. Annadurai

Language: Tamil

First Published on: 1956

Year of Publication: 2024

Book Format: Paperback

*Page Size: 6inch * 9inch*

Category: Fiction

Subject: Short Novel

No. of pages: 60

ISBN: 978-81-988069-1-8

Published by: Nilan Publishers, Madurai, Tamilnadu, India

பொருளடக்கம்

குறிப்புகளுக்காக

இதயம் இரும்பானால்

பகுதி: 1

ஊர்வலம் புறப்பட்டுவிட்டது! உலகம் அதுவரை கண்டறியாத அருமைமிகு ஊர்வலம்! இதைவிடத் திரளான மக்கள் கொண்ட ஊர்வலம் நடைபெற்றதுண்டு. கோலாகலம் அதிகம் இருந்ததுண்டு! மகிழ்ச்சி கொந்தளித்த ஊர்வலங்கள் நடைபெற்றுள்ளன. முடிதரித்த மன்னனை, "ஆண்டவனின் பிரதிநிதி" என்ற முறையில், பயபக்தியுடன் வரவேற்று, வழிபட, மக்கள் இருமருங்கும் கூடிநிற்க, அருளாளன் அளித்த அதிகாரம் நமக்கு அரணாக இருக்கிறது என்ற எண்ணம், பார்வையில் தெரிய, அடிபணிந்து கிடக்க, ஆணைகளை நிறைவேற்ற, கேட்டதைக் கொடுக்க, காத்துக் கிடக்கும் இந்தப் பெருங்கூட்டத்துக்கு, நாமன்றோ கண்கண்ட கடவுள் என்று எண்ணி இறும்பூதெய்திய நிலையில், மன்னர்கள் "பவனி" வந்ததுண்டு.

பிடிபட்ட நாட்டிலிருந்து காணிக்கையாகவும், சூறையாடி யும் கொண்டு வந்த பொருட்குவியலைச் சுமந்து கொண்டு, அடிமை நிலையைப் பெற்ற முன்னாள் வீரர்கள் அஞ்சி அஞ்சி நடந்துவர, களத்திலே கடும் போரிட்டு வெற்றிக்கு உழைத்த வீரர் குழாம், மகிழ்ச்சி உமிழும் விழிகளுடனும், குருதி தோய்ந்த வாளுடனும் கம்பீரமாக நடந்துவர, வாழ்க, வீரரே! வாழ்க! வெற்றி பெற்றளித்த எமது தீரரே வாழ்க!' என்று மக்கள் கூட்டம், வாழ்த்தொலி முழங்கி, இருபுறமும் நின்றிட, அதற்கென்று அமைக்கப்பட்டதும், அடக்க விதான புரவிகள் பூட்டப்பட்டது மான, 'தேரிலே' அமர்ந்து, புன்னகையை இங்கும் அங்கும் வீசியபடி, நமது வாள் வலிமையால் வாழுகின்றனர் இந்த மக்கள்! நமது வீரம் தரும் வெற்றியால் ஏற்றம் பெற்றுவிட்டனர் இந்த மக்கள்! மனைகளில் மகிழ்ச்சியும், தொழிலிலே வளர்ச்சியும், வயலிலே செழிப்பும்,

யாரால் ஏற்படுகிறது என்பதை அறிந்துதான், இன்று வாழ்த்தி வரவேற்கிறார்கள். களத்திலே, நாம் கொட்டிய இரத்தம், இன்று இவர்களுக்கு வாழ்வு தருகிறது; அங்குச் செந்நீர் கொட்டினோம்; இதோ களிப்புக் கண்ணீரைச் சிந்துகிறார்கள்! நன்றி காட்டுகிறார்கள்! நல்ல மக்கள்! நமது மக்கள்! நம் நாட்டவர்! என்று எண்ணிக் களிப்படையும் வெற்றி விருது பெற்ற வீராதி வீரன், படை அணிவகுப்புடன் ஊர்வலம் வந்ததுண்டு! கண்கொள்ளாக் காட்சிகள்! சிந்தைக்குச் செந்தேனாய் அமைந்த இசை நிகழ்ச்சிகளுடன், ஊர்வலங்கள்! கண்களைப் பறிக்கும் அணிமணியுடன் 'அலங்காரவல்லிகள்'' அன்னமோ, பேசும் சொர்ணமோ, அல்லிக் கூட்டமோ, அழகு மயில் ஆட்டமோ என்று கவி அறியாதாரும் களிப்பால் கவிஞர் நிலை பெற்றுக் கூறிக் குதூகலிக்கும் விதமான காட்சிகளாக அமைந்த ஊர்வலங்கள் நடைபெற்றுள்ளன. ஆனால் இதுபோன்ற ஊர்வலம் உலகிலே, இதற்கு முன்பும் நடைபெற்றதில்லை; இனி என்றும் நடைபெறாது என்று கூறத்தக்கதாக அமைந்திருந்தது.

மன்னன் ஆள்கிறான்; மக்கள் மாள்கிறார்கள்! அரண்மனை இருக்கிறது; அங்கிருந்து கிளம்பும் அழிவுப்புயல், வயலை அழிக்கிறது. வனிதையரை அழிக்கிறது. தொழிலை நாசமாக்கு கிறது; தோழர்களைத் துடிக்க வைக்கிறது! அரசன் தலைக்கு முடி கொடுத்தோம். அவன் நம் குரல் வளையை நெறிக்க ஆட்களை ஏவுகிறான்! - என்று மனம் நொந்து, பேசிப் பேசி, அழுது அழுது, கண்ணீரும் வற்றிப் போன பிறகு, கனல்கக்கி, எதிர்ப்பட்டதெல்லாம் இனிப் பிடிசாம்பலாகும்! என்று எக்காளமிட்டுக் கொண்டுள்ளனர், ஏதுமறியாதவர்கள்! எதற்கும் தலையாட்டக் கூடியவர்கள்! - என்று கருதப்பட்டுவந்த மக்கள்!

அந்த மக்கள், வீறிட்டெழுந்திருக்கும் வேளையிலே, ஊர்வலம்! மன்னன் வருகிறான் ஊர்வலமாக! இராணியுடன், பெற்றெடுத்த செல்வங்களுடன்!

கடும்புயல் வீசுகிறது; காகிதப்பூ என்ன ஆகும்? பிய்த் தெறியப்பட்டு, காற்றோடு காற்றாகி, மண்ணோடு மண்ணாகி உருவம் தெரியாமல் மறைந்து போகும்; அழிந்து போகும்! அதுவன்றோ இயற்கை.

கடும்புயல் வீசிடும்போது, ஆலும் வேலும் அடியற்று வீழுமே! காகிதப்பூ கணப்பொழுதுதான் நிற்க இயலுமோ!

ஆனால், என்னென்பது அதிசயத்தை! கடும் புயலும் அடிக்கிறது, காகிதப்பூவும் இருக்கிறது! அம்மட்டோ! காகிதப் பூவை, உடன் அழைத்து வருகிறது கடும்புயல்! ஆத்திரம் கொண்ட மக்கள், அழைத்து வருகிறார்கள், ஆற்றலிழந்த அரசனை, ஊர்வலமாக!! அவன் கண்டறியாக் காட்சி!

மன்னன் வருகிறான் ஊர்வலமாக! மக்கள் முழக்கமிடு கிறார்கள், 'வாழ்க! வாழ்க!' என்று. ஆனால் யார் வாழ்க என்கிறார்கள்? மக்கள் 'வாழ்க!' என்று முழக்கமிடுகிறார்கள்.

தாய்மார்கள், தமது குழந்தைகளுக்குக் காட்டுகிறார்கள், "அதோ, பார்! பார்! அவன்தான் மன்னன்! மிரள மிரள விழிக்கிறானே அவன்தான்! மண்ணில் போட்டெடுத்த பொம்மைபோல இருக்கிறானே, அவன்தான்!" என்று கூறிக் கெக்கலி செய்கிறார்கள்.

"என்ன கனிவு! எவ்வளவு குழைவு! கண்ணைப்பார் கண்ணை!" என்று கோபத்தைக் கேலியில் குழைத்து, வழித் தெடுத்து வீசுகின்றனர்; கூடை சுமந்து கூலி பெற்றுக் கும்பி நிரப்பும் பெண்டிர் கூட்டம், இராணியைப் பார்த்து, இராணியாம், இராணி! அவளுக்கு என்ன அப்படி ஒரு பட்டம். அரசன் மனைவி என்று சொல், அதுபோதும் - அந்த அழிவு தேடிய ஆணவக்காரிக்கு" என்று பேசுகின்றனர் சிலர்.

"எதற்கெடுத்தாலும் கோபம்தானா? எப்போதும் சச்சரவு செய்தபடி இருக்கத்தான் வேண்டுமா? கஷ்டப்படுகிறோம், உண்மைதான்! கண்ணீர் பொழிகிறோம்; கர்த்தன் அறிவார். அவருடைய அருட்கண் திறந்தால், எல்லாத் தொல்லையும தொலைந்து போகும். அதை விட்டுவிட்டு அரசனை எதிர்ப்பது, அவன் ஆட்களை எதிர்ப்பது என்பதெல்லாம் முறை அல்லவே. ஏன் வீணாக ஆபத்தையும் பாபத்தையும் தேடிக் கொள்ளுகிறீர்கள்?" என்று ஆடவர்களுக்கு அன்பு கலந்த அறிவுரையை, அழுத கண்களைத் துடைத்துக் கொண்டு கூறிவந்தவர்கள்தான், ஆரணங்குகள்!

'விதியே எல்லாத் தொல்லைகளுக்கும் காரணம்' என்ற தத்துவத்தைத் தேவாலயத்தார் மறந்தாலும், இந்தத் தையலர் மறப்பதில்லை!

"உழைப்பைத் திருடி உல்லாசமாக வாழுகிறார்கள், உலுத்தர்கள்" என்று ஆடவர் பேசிடும்போதும், உள்ள கஷ்டம் போதாதென்று இந்தப் பாபமும் வேறு வந்து சேருகிறதே" என்றெண்ணிக் கன்னத்தில் கைவைத்துக் கொண்டு கவலைப் பட்டுக் கிடந்தவர்கள்தாம் அந்தப் பெண்கள்.

ஆனால், அவர்களும் மாறிவிட்டார்கள், ஆடவரே கண்டு ஆச்சரியப்படத்தக்க விதத்தில். ஏன் மாற மாட்டார்கள்!

கசையடியால் உடலெங்கும் இரத்தம் பீறிட்ட நிலையில், பண்ணைமேட்டிலே வீழ்ந்து கிடந்த தகப்பனை, துடிக்கத் துடிக்க, அலற அலறத் தாக்கி, சிறைக்கு இழுத்துச் செல்லப்பட்ட கணவனை, முளையிலேயே இந்தப் போக்கிரித்தனமா என்று ஏசி முரட்டுப் பணியாட்கள் தாக்க, 'ஐயோ! அம்மா! கொல்லுகிறார்களே! ' என்று கதறி ஓடிவந்து காலடி வீழ்ந்த மகனைக்கண்டபிறகு, மாறாமல் எப்படி இருப்பார்கள்? மாறிவிட்டார்கள்! எந்த அளவுக்கு என்றால், இந்த ஆடவர்கள், சந்துமுனை நின்று பேசுவார்கள், உருட்டுவிழி காட்டினால் ஊராள்வோர் வழிக்குவந்துவிடுவார்கள் என்றெண்ணி ஏமாந்து

கிடப்பார்கள்; செயல்படத் தயங்குவர் என்று கேலி பேசிவிட்டு, பெண்டிரெல்லாம், திரண்டு ஒன்றுகூடி, "இதென்ன பேயாட்ட மாடுகிறார்களே" என்று அரண்மனையுள்ளோரும் மாளிகைக் காரரும் மருண்டு கூறிடத் தக்க விதத்தில், கிடைத்ததைக் கரத்தில் எடுத்துக் கொண்டு, ஆத்திரம் தீர ஏசிக்கொண்டு, அரண்மனை நோக்கிப் படை எடுத்துச் சென்று, துப்பாக்கி காட்டியவரைத் தூ! தூ! என்றேசிவிட்டு, உள்ளே நுழைந்து, கிடந்ததை எடுத்து வீசி, நொறுக்கித் தூள் தூளாக்கி, அரண்மனையை அல்லோலகல்லோலப் படுத்திடும் அளவுக்கு மாறிவிட்டார்கள்!

அந்த அளவு மாறிவிட்ட பெண்கள், அரசனும் அரசியும், முன்பு அடங்கிக் கிடந்த மக்களால், அடக்கப்பட்ட நிலையில் 'ஊர்வலம்' வரக்கண்டால், ஏசாமலா இருப்பர்! கண்டபடி ஏசத்தான் செய்வர். வெற்றிக் களிப்புடன் கூச்சலிட்டனர்.

சீற்றம்! கேலி! மகிழ்ச்சி! - எல்லாம் கலந்த இரைச்சல்!

யாராருக்கு என்னென்ன தோன்றுகிறதோ, அவை எல்லாம் பேசுகிறார்கள்! பேசுகிறார்களா? கூவுகிறார்கள்! வார்த்தைகள் மட்டுந்தானா, கிளம்பின! பார்வைகள், வார்த்தை களைவிடக் கடுமையாக, வேகமாக! தேக்கிவைக்கப் பட்டிருந்த பெருவெள்ளம், அணையைப் பல இடங்களிலே, ஒரே நேரத்தில், பிளந்துவிட்டால், என்ன ஆகும்! அதுதான் இது! மன்னனை ஊர்வலமாக, மக்கள் அழைத்து வந்த காட்சி! 'அழைத்து வந்த' என்பதை நீக்கிவிடுங்கள். 'இழுத்து வந்த' என்று கொள்ளுங்கள்!

அரசனுடைய காவற்படை கூட வருகிறது! அரசனைக் காத்திடும் ஆற்றலுடன் அல்ல, தமது தலை தப்பினால் போதும் என்ற அச்சத்துடன். மக்களின் பாதுகாப்புப்படை,

எண்ணிக்கையில், வலுவில், துணிவில், அதிக அளவில் வந்து கொண்டிருக்கிறது. அந்தப் படை, ஏது? மக்கள், பன்னெடு நாட்கள் சிந்திய கண்ணீர்த்துளிகள், அந்த வடிவம் கொண்டு விட்டன! கொடுமைகளைத் தாங்கித் தாங்கித் தவித்த மக்கள் ஈன்றெடுத்த பயங்கரக் குழவி, அந்தப் படை!

போர்ப் பயிற்சியை முறைப்படி பெறவில்லை! உண்மை. ஆனால் முறைப்படி போர்ப் பயிற்சிபெற்ற படைகளையும் சின்னாபின்னமாக்கும் துணிவு இருக்கிறது, இந்த மக்கட் படைக்கு! ஏன்? இது, சாக அஞ்சாத கூட்டம்!

'கற்பழிக்கப்பட்ட தங்கையின் பிணத்தருகே அமர்ந்து, காதகன் கணவனாக இருக்கிறானே, நான் என்ன செய்ய இயலும்' என்று கதறிய அண்ணன் இருக்கிறான் அந்தப் படையில்!

"சாகக் கிடக்கிறாளய்யா, என் தாய்! இந்தப் பழக்கொத்து அவளுக்காக, ஐயா!" - என்று கெஞ்சியபோது, இடியெனச் சிரிப்பொலி கிளப்பி, பழக்கொத்தைப் பறித்துக் கீழே வீசி, தன் குதிரையின் குளம்பு, பழக்கொத்தை மிதித்து துவைத்திடக்கண்டு, "இதுதான் உனக்கு! ஓடி, உயிர்பிழைத்துக் கொள்" என்று, ஆர்ப்பரித்து அமுல் செய்தவனை எதிர்த்து நின்று, அவன் வாளுக்கு இரையான, அண்ணனைக் கட்டிப் புரண்டு அழுத, தம்பி இருக்கிறான்!

வீடு வாசல் இழந்தவர்கள், வேலை இழந்து தவித்தவர்கள், களஞ்சியம் கொளுத்தப் பட்டதைக் கண்டு பதைத்தவர்கள், காலில் வீழ்ந்த போதும் கடுகளவு இரக்கமும் காட்டாதவர்களின் போக்கினால், நொந்தவர்கள் இருக்கிறார்கள், அந்தப் படையில். அவர்களுக்குப் பயிற்சி ஏன்? பயிற்சி இல்லை என்றுதான் எப்படிக் கூறிட முடியும்? நிரம்பப் பெற்றுவிட்டார்கள் பயிற்சி! கொடுமைகளைக்

கண்டு கண்டு, கொடுமையைக் கொன்றொழித்தாலன்றி, நாம் வாழ முடியாது என்பதைக் கண்டு கொண்டார்கள்! இரத்தக் கறையைப் போக்க இரத்தம் கொண்டுதான் கழுவவேண்டும் என்ற பாடம் தெரிந்து கொண்டார்கள்! இரத்தம் தேடி அலைகிறார்கள்! உழைக்காமல் அலுத்திடாமல் ஊர் சொத்தை உண்டுகொழுத்து, உல்லாசம் தேடி அலைந்து, முத்துக் கலந்த பானமும், மோகனாங்கியின் அதரமும் ஒரு சேரச் சுவைத்து, அனுபவித்தவர்களின் இரத்தம் தேடி அலை கிறது, இந்தப்படை! உழைப்பாளியின் இரத்தம், மண்ணில் உறைந்து கிடந்ததைப் பார்த்த கண்களால், உலுத்தர்களின் இரத்தம் எப்படி இருக்கிறது என்று பார்க்கத் துடிக்கிறது. இந்தப் படை!

ஓநாய்களைத் துரத்திக் கொண்டு வரும் வேட்டைக்காரர்கள் என்று சொல்வது முறை! இல்லை, இல்லை! வேட்டைக்காரர்களைத் துரத்திக் கொண்டு வரும் ஓநாய்கள் என்று கூறவேண்டும் என்பர், அரசர் பெருமானின் அடிவருடிகள்! கூறட்டுமே! அதனால் என்ன!! இப்போது வேண்டியது இரத்தம்! - என்ற கூச்சலிடுகிறது, பெருங்கூட்டம்.

அந்தப் பெருங்கூட்டம் புடை சூழத்தான், பவனி வருகிறான், மன்னன், குடும்பத்துடன்.

பீரங்கி வண்டிகளை இழுத்து வருகிறார்கள்; அதன் மீது நின்றுகொண்டு, ஆர்ப்பரிக்கிறார்கள் - பெண்கள்!

துப்பாக்கி தூக்கிக்கொண்டு வருகிறார்கள்! அதன்முனையில் ரொட்டித்துண்டு, செருகப்பட்டிருக்கிறது!

செடி கொடிகளைப் பறித்தெடுக்கிறார்கள்; பீரங்கி வாயிலே திணிக்கிறார்கள்.

இரண்டு இலட்சம் இருக்கும் என்கிறார்கள், பெருந்திரள் கண்டு!

இவ்வளவு பேரும், நமக்கு விரோதிகள்! - என்று எண்ணி நடுங்குகிறாள், மன்னனை மணந்தவள்! "இவ்வளவு பேரும், என் குடிமக்களாக இருந்தவர்கள்!" - என்று எண்ணி ஆயாசப் படுகிறான் மன்னன்.

"முன்பெல்லாம், இந்தக் கூட்டத்தவர் வந்தால், "அப்பாவின் ஆட்கள்" அடித்துத் துரத்துவார்களே, இப்போது மட்டும் ஏன், இவர்கள் கூவுகிறார்கள், அப்பா தலை கவிழ்ந்தபடி இருக்கிறார்!" என்று எண்ணித் திகைக்கிறான், அழிவை வரவழைத்துக் கொண்ட அரசனின் மகன்!

"நள்ளிரவில் புகவேண்டும்; குடித்துக் கூத்தாடி, அலுத்துப் படுத்துக் கிடப்பான், மரக்கட்டைபோல! கட்டாரியால் ஓங்கி, மார்பில் குத்தவேண்டும்! உயிர் போகுமட்டும்!" - என்று நண்பனிடம், அரசனைப்பற்றி ஆத்திரத்தோடு பேசியவன், இருந்திருக்கக் கூடும், அந்த ஊர்வலத்தில்! "ஏ! முட்டாள்! நீ ஒரு யோசனை சொன்னாயே, யாருமறியாமல் அரசனைத் தீர்த்துக் கட்ட வேண்டுமென்று! இதைப் பாரடா, ஏமாளி! இதைப் பார்! இது ஆகுமா அது!!" என்று மற்றவன் கேட்டிருக்கக்கூடும். "ஆமாம்! ஒரே அடியாகச் சாகடித்து என்ன பலன்! இதோ, மன்னன், விநாடிக்கு விநாடி கொல்லப்படுகிறான்; மறுபடியும் உயிர் தரப்படுகிறது, மீண்டும் கொல்ல! மானமிழந்து, மதிப்பிழந்து, மக்களால் இழுத்து வரப்படுகிறான், மன்னன்! இது அல்லவோ, வெற்றி! மகத்தான வெற்றி! நான், மன்னனைக் கொல்லப் பார்த்தேன்! இப்போது மக்கள், மன்னனுக்கு மரண தண்டனை தருகிறார்கள்!! இதுதான் மாபெரும் வெற்றி!!" என்று அவன் கூறிச் சிரித்திருக்கக் கூடும்.

மக்கள், என்னென்ன பேசுகிறார்கள் என்று மன்னனுக்குப் புரியவில்லை! அவனுக்குத்தான் மக்களே, புரியவில்லையே! என்ன செய்வான், பாவம்!!

மகுடாபிஷேகத்தின்போதும் ஊர்வலம்; இப்போதும் ஊர்வலம்! எல்லாவற்றுக்கும் நான்தான், கிடைத்தேன்! - என்று எண்ணிக் கொண்டான், போலும்!

பாரிஸ் பட்டினத்தை நோக்கிச் செல்கிறது, ஊர்வலம்! பட்டத்தரசன் தலைநகர் வரவேண்டும் என்று மக்கள் அழைத்தனர்; 'தலைநகரா அது? தலைபோகும் நகரம்!' என்று கூறி, மன்னனை அங்குச் செல்லவிடாமல் தடுத்தனர், கொலு மண்டபத்துக் கொடியோர்! மக்களின் கை ஓங்கிற்று! அரசன் இருக்கும் இடம் நோக்கிப் பாய்ந்து மக்கள் வெள்ளம்! அதிலே சிக்கினான் மன்னன், குடும்பத்துடன்! வெள்ளம், பாரிஸ் நோக்கிப் பாய்கிறது! அதிலே, மிதந்து வருகிறான், மன்னன், உல்லாச ஓடத்தில். அமர்ந்து பழக்கப்பட்டவன்!

பாரிஸ் பட்டினத்தை மேயர், மன்னனை வரவேற்கிறார். "மன்னரே! தங்கள் வரவு நல்வரவாகுக!" என்று; அவருக்கும் தெரியும்; அனைவரும் அறிவர் அதன் பொருள். "பிடிபட்ட பேயனே! இனி நீ எங்கள் கைதி!" என்பதுதான் என்று. மன்னனும், உணர்ந்திருக்கிறான், "கைதியாக்கிவிட்டீர்கள். இனி, என் கதி, உங்கள் தீர்ப்பைப் பொறுத்து இருக்கிறது" என்று.

ஆயினும், சம்பிரதாயத்துக்காக மன்னன் பேசுகிறான்.

"மகிழ்ச்சியுடன் வருகிறேன்; மக்களிடம் நம்பிக்கை வைத்து வருகிறேன்" என்று அரசன் கூற, மேயர் அதை மக்களுக்கு அறிவிக்கிறான். அறிவிக்கும்போது, 'மக்களிடம் நம்பிக்கை வைத்து' என்ற வார்த்தைகளையே, சொல்லாமல்

விட்டுவிடுவது கண்ட, இராணி நினைவுபடுத்துகிறாள், 'நம்பிக் கையுடன்' என்ற வார்த்தையைக் கூறும்படி!

அரசனை எந்த அளவுக்கு அச்சம் பிடித்தாட்டிற்று என்பது இதிலிருந்து நன்கு தெரிகிறதல்லவா.

"அழைத்தீர்களே என்று வந்திருக்கிறேன். முடியாது என்று கூறிடும்; ஆற்றலை இழந்துவிட்டேன்; வந்திருக்கிறேன். இழுத்து வந்தீர்கள் - இங்கு நிற்கிறேன். எனக்குக் கெடுதி எதுவும் செய்யாதீர்கள். கெஞ்சுகிறேன். கெடுதி செய்யமாட்டீர்கள் என்ற நம்பிக்கையுடன் வந்திருக்கிறேன்.

திக்கற்றவன்! வலிவிழந்தவன்! உங்கள் மன்னன் உங்களிடம் தஞ்சம் புகுந்து விட்டேன்!" என்றெல்லாம், விளக்கமாகப் பேச நேரமில்லை, பேசிப் பழக்கமில்லை! எனவேதான், மன்னன், சுருக்கமாகக் கூறினான்-, 'நம்பிக்கையுடன் வந்திருக்கிறேன்' என்று.

அந்த மக்கள், எவ்வளவு நம்பிக்கை வைத்திருந்தார்கள், மன்னனிடம்! மகேசன் அருள் அவனை மன்னனாக்கிற்று! அவனுக்கு அடங்குவது ஆண்டவனுக்கு அடங்குவதாகும்! மன்னன், நாடு வாழ நல்லாட்சி செய்வான்; மக்கள் வாழ்வே என் மகிழ்ச்சி என்று எண்ணுவான். வெளிப்பகையும், உள்நாட்டிலே பசியும் பிணியும் தாக்காமல் பாதுகாப்பு அளிப்பான்! - என்றெல்லாம் நம்பினர்!

மக்களின் நம்பிக்கையை நாசமாக்கிவிட்டான் மன்னன்! இப்போது மக்களிடம் மன்றாடுகிறான், 'உங்களிடம் நம்பிக்கை வைத்துத்தான் வந்திருக்கிறேன்' என்று.

"ரொட்டி கேட்டோம்; இவன் படை விரட்டி அடித்தது! கருணை கேட்டோம், கசைஅடி கொடுத்தனர். இந்தப் பாவம்

சும்மா விடாதய்யா என்று பேசினர். பாஸ்ட்டிலி சிறையில் தள்ளினார், அதிகாரிகள்! இப்போது, நம்மிடம் நம்பிக்கை வைத்து வந்திருக்கிறாராம், இந்த நல்லவர்! எப்படி இருக்கிறது, வேடிக்கை!! என்று அல்லவா, மக்கள் கேலி பேசியிருப்பர்.

பஞ்சம் தாக்கிற்று மக்களை; பவனி நடத்துகிறார்கள்! அதிலே, மன்னன் மட்டுமல்ல, அவன் இருந்த இடத்திலிருந்து எடுக்கப்பட்ட, 'ஐம்பது வண்டி தானியங்கள்' உடன்கொண்டு வரப்பட்டன.

தங்கமும், தந்தமும், பரியும் கரியும், முத்தும் அங்கியும் பவள மாலையும் - இப்படிப் பொருள்கள் கொண்டு வருவர்; வெற்றிபெற்ற படையினர், வேற்று நாட்டிலிருந்து.

இங்கு, அரண்மனையை நோக்கிக் கிளம்பிய படை ஐம்பது வண்டி தானிய உள்ளத்தினன் ஒருவன் எடுத்து விளக்கினான்.

'நண்பர்களே! தைரியமாக இருங்கள்! ரொட்டி! ரொட்டி! என்று ஏங்கித் தவிக்காதீர்கள்! இனி ரொட்டிக்குப் பஞ்சமில்லை!'

மக்களுக்கு மகிழ்ச்சி! அவர்கள், ஆட்சி முறை மாற வேண்டுமென்று விரும்பக் காரணமேகூட அரசியல் முறைகளுக் கான தத்துவ ஆராய்ச்சி அல்ல; அந்த ஆட்சிமுறையால், அவர்களைப் பட்டினி வாட்டியது! அதுதான் காரணம்.

ஆகவே, இனி 'ரொட்டிக்குப் பஞ்சம் இல்லை!' என்று தமது நண்பனொருவன் கூறக்கேட்டதும் மகிழ்ச்சி பிறந்தது. மறுகணம், கவலை குடைந்தது. "ஐம்பது வண்டி கோதுமை, எத்தனை நாளைக்குக் காணும்! இவன், இனி ரொட்டிக்குப்

பஞ்சம் இல்லை என்கிறானே! எப்படி?” என்று எண்ணித் திகைத்தனர். அவர்களின் திகைப்பை அறிந்தவன்போல, அவன் தொடர்ந்து பேசினான்.

“ரொட்டிக்கு இனிப் பஞ்சம் இல்லை. ஏனெனில், இதோ ரொட்டி சுடுபவன், ரொட்டிக்காரன் மனைவி, ரொட்டிக்காரன் பிள்ளை, இவர்களை எல்லாம் அழைத்துக் கொண்டு வந்துவிட்டோம்.”

எல்லா ஒலியையும் மீறி அல்லவா, கை ஒலி கிளம்பி இருக்கும், அவன் பேச்சு கேட்டு.

ஆணவம் கலந்த கேலிப்பேச்சா அது!

கேலி இருந்தது; ஆணவம் கூடத்தான்! ஆனால், அது மட்டுமல்ல, அதன் ஊடே மறுக்கமுடியாத ஓர் அரசியல் தத்துவமும் இருந்தது. அரசன் கடமை, மக்களுக்கு உணவளிக்க வேண்டியது; வாழ வைக்க வேண்டியது; அதற்குத் தான் அரசன்! அதைச் செய்யத் தவறினால், கேட்க, தண்டிக்க, நீக்க, ஒழிக்க, மக்களுக்கு அதிகாரம் உண்டு! - என்ற ரூசோ போன்ற அரசியல் அறிவாளிகளின் ஆழ்ந்த கருத்துகள் அவ்வளவும், அந்தக் கேலிப்பேச்சிலே குழைந்து இருந்தது.

1789ஆம் ஆண்டு, அக்டோபர் திங்கள், ஆறாம் நாள், நடைபெற்றது, அந்த அரிய ஊர்வலம். மன்னன் புதிய இடம் வந்தான்! மக்கள் புதிய பலம் பெற்றனர்.

அன்று, இரவு பதினொரு மணி ஆகிவிட்டதாம், அரச குடும்பம், மாடி செல்ல!

வழிகாட்ட, தீப்பந்தம் பிடித்து நின்றனர், மக்கள் படையினர்!

தீப்பந்தம்! வழிகாட்டவும் உதவும்; கொளுத்தவும் பயன்படும்.

மன்னன் தலையில் சிவப்புத் தொப்பி! அந்தத் தொப்பியில் மக்கள் தயாரித்த கொடிச் சின்னம்!

சொந்த உடையைப் பறித்துக் கொண்டு, சிறை உடை கொடுத்துக் கைதிகளை உள்ளே தள்ளிப் பூட்டுகிறார்களல்லவா!

மன்னன், மாடி சென்றான்; மக்கள் களிநடம் புரிந்தனர்.

'இது சிறைதானே!' என்று எண்ணினான் மன்னன்; 'இவன் நமது கைதிதானே' என்று எக்காளமிட்டனர் மக்கள் 'துலியர்ஸ் அரண்மனை' என்ற பெயருடைய, அந்தக் கட்டிடம் கற்களாலானவை! அவை என்ன பேசும்?

இனி வரப்போகும் பயங்கரத்தை அறிவிப்பதுபோல, அரச குடும்பம், நடந்தபோது, எழுந்த காலடிச் சத்தம் இருந்திருக்கும்.

வரலாற்றுச் சுவடியிலே, காலம் ஒரு புதிய வரியைச் சேர்த்தது, 'மக்கள் கொதித்தெழுந்தால், மன்னன் சிறைப்படுவான்' என்று.

அதுதானா, கடைசி வரி? இல்லை! மேலும் எழுதக் காலம் துடித்துக் கொண்டிருந்தது. 'இது எங்கள் காலம்!' என்று எக்காளமிட்டபடி, மக்கள் திரள் திரளாக, பாரிஸ் பட்டினத்தில் உலவி வந்தனர்.

இழந்ததை எண்ணிய திகைப்பு, அரச குடும்பத்துக்கு; தூக்கம் வரவில்லை!

பெற்ற புதிய வெற்றியை எண்ணும்போது கட்டுக்கடங்காத களிப்பு மக்களுக்கு; அவர்களுக்கும் தூக்கம் வரவில்லை!

வேதனையும் வெட்கமும் அதிகப்படும் என்ற பயத்தால், அரச குடும்பத்தினர், ஒருவரை ஒருவர் பார்த்துக் கொள்ளக் கூசினர்.

ஒருவருக்கொருவர் பேசிப்பேசி, களிப்பைப் பன்மடங்கு பெருக்கி மகிழ்ந்தனர், மக்கள்.

பகுதி: 2

பாறையின் இடுக்கில், அடிபட்ட கருநாகம், ஊர்ந்து கிடக்கிறது.

கடலலை, பாறைமீது பாய்கிறது; திவலைகள், பதுங்கிக் கிடக்கும் பாம்பின்மீது விழுகின்றன.

எந்த நேரத்திலும், அலையின் அளவும் வேகமும் அதிகரிக்கக் கூடும்; பாம்பு, அடித்துக் கொண்டு போகப்படக் கூடும்.

இந்த நேரத்துக்கு, இந்த இடம் என்ற அளவிலே, பாம்பு பதுங்கி இருக்கிறது.

அடிபட்டதால் ஏற்பட்ட வலி, சீறிடக்கூட வலிவு இல்லை; மூச்சு சற்றுப் பலமாக இருக்கிறது.

அன்றைய நிலைமை அது போன்றதே! ஆனால் ஒரு வித்தியாசம். பாம்பு பதுங்கி இருக்கும் இடம் அலைக்குத் தெரிய முடியாது; ஆனால் மக்கள் நன்றாக அறிவார்கள், மன்னன் இருக்கும் இடம், நிலை இரண்டையும்!

'பாரிஸ் பட்டினத்தோரே! அறிவிழந்த பாரிஸ் பட்டினத்தோரே! மன்னனையும் அவன் மகனையும் உங்கள் கோட்டைக் குள்ளேயே காவல் வையுங்கள் என்று சொல்லிச் சொல்லி அலுத்துப் போய்விட்டது. அரசு குடும்பம், தப்பித்துக் கொண்டோட திட்டமிட்டிருக்கிறது. மந்த மதியினரே! அதை அறியாமல் உறங்கிக் கிடக்கிறீர், திறமையாகக் காவலிருங்கள்! அந்த ஆஸ்ட்டிரியா நாட்டவளை, அவள் மைத்துனனை, மக்களை, குடும்பத்தை, அரண்மனையில் அடைத்துப் பூட்டி வையுங்கள். தவறினால்,

இலட்சக்கணக்கான பிரான்சுக் குடி மக்களுக்குக் கல்லறை தோண்டியவர்களாவீர்கள்! எச்சரிக்கிறேன்! ஏமாளித்தனத்தால், எல்லாவற்றையும் கெடுத்து விடாதீர்கள்! மன்னன் தப்பி ஓட முயல்கிறான். திட்டம் தயாராகிவிட்டது!

"மக்கள் நண்பன்" என்ற இதழில், மாராட் எனும் மக்கட் தலைவன், இவ்விதம் எழுதினான்.

படித்தனர்; பதைத்தனர்; பயந்தனர். ஆமாம்! அரசன் தப்பிச் சென்றுவிட்டால் அழிவு அல்லவா நமக்கு! ஐரோப்பாவில் உள்ள பல அரசுகளும், அவன் கண்ணீர் கண்டு, படையுடன் வருவார்களே, இங்கு. எப்படி நாம் தடுத்து நிறுத்த முடியும் என்று எண்ணினார். அச்சம் மனத்தை வாட்டலாயிற்று.

"தப்பி ஓடவா! திட்டமா! யார்? மன்னனா? பைத்தியம், பைத்தியம்! விழித்த கண்மூடாமல் காவல் புரிகிறார்கள், தெரியுமா? இதற்கென்றே, ஒரு தேர்ச்சிபெற்ற படை இருக்கிறது. கீர்த்திமிக்க தலைவன் இருக்கிறான். அரச குடும்பத்தில் ஒவ்வொரு நடவடிக்கையும் உற்றுக் கவனித்துக் கொண்டிருக்கும், கூர்மையான கண்கள், பலப்பல நூறு! ஒருதுளி சந்தேகம் ஏற்பட்டாலும், மிகக் கூர்மையான வாட்களை உருவிக் கொண்டு தாக்கக் கிளம்பத் தயாராக உள்ளவர்கள் ஆயிரவருக்குமேல்! மன்னனாவது தப்பி ஓடுவதாவது! நடைபெறாது நண்பர்களே! ஒருநாளும் நடைபெறாது." என்று சிலர் பேசினர்.

ஆனால், எச்சரிக்கையாக இருக்கும்படி எழுதியவர், மாராட்! மக்கள் எப்படிப் பொருட்படுத்தாமலிருப்பர்? மக்களின் நல்வாழ்வுக்காக எதையும் அழிக்கலாம் என்று துணிந்து பேசியும் எழுதியும் வந்த மாராட், தெளிவு அதிகம் பெறமுடியாத மக்கள் இடையிலே அளவற்ற செல்வாக்கு பெற்றிருந்தான். கொடியோரைக் கொன்று குவித்தால் என்ன

தவறு? அவர்களைக் கொல்லாது விட்டாலோ, அவர்கள் ஏழை எளியோரைக் கொன்று குவிப்பார்கள்! - என்று பேசுவதும் எழுதுவதும், மாராட்டின் வாடிக்கை.

சுவிட்சர்லந்திலே, ஒரு மருத்துவருக்கு மகனாகப் பிறந்த மாராட், பிரான்சிலே, மருத்துவத் தொழிலில் ஈடுபட்டு மன்னரின் காவற்படையின் மருத்துவனாகப் பணியாற்றிப் புரட்சி இயக்கத் துக்காகத் தொழிலை விட்டுவிட்டுப் பொறி எனக் கிளம்பி, பெரு நெருப்பாக மாறிவிட்டவன். இரத்தத்தைக் கண்டு அஞ்சாதவர்களும் மாராட் பேசுவது இரத்த வெறி ஊட்டுகிறது என்று கூறி அருவருப்படைவார்கள்! ஆனால் ஏழைகளோ, எங்கள் சார்பாக, துளியும் தயக்கமின்றிப் பேச மாராட் தவிர வேறு யார் இருக்கிறார்கள் என்று புகழ்ந்து கூறுவர். ஆதிக்கக்காரர்களை மட்டுமல்ல, அரசியல் விரோதிகளையும் அழித்தொழிப்பதிலே, மாராட் தயக்கம் காட்டியதில்லை. அதுபோன்றே ஆபத்துக்களில் சிக்கிக் கொண்டபோது சாகசம் பல செய்து தப்பித்துக் கொள்வதிலும் திறமைமிக்கவனாக இருந்தான்.

இத்தனைக்கும் நோய் அவனை வாட்டியபடி இருந்தது.

அவனே பிரான்சைப் பீடித்துக் கொண்டுள்ள ஒரு நோய் தானே! - என்று அவனை அருவருத்தோர் கூறினர். ஆனால் எதிரே அவனைக் கண்டால் அஞ்சுவர். காரணம் எண்ணற்ற மக்கள் அவனிடம் அளவற்ற பற்று வைத்திருந்தனர்.

எனவே, மன்னன் தப்பி ஓடத் திட்டமிட்டிருக்கிறான் என்று மாராட் எழுதியதும், அந்தச் செய்தி, காட்டுத் தீயெனப் பரவிற்று.

மற்ற யாரும் கண்டறியா முன்பு, மாராட், இதைக் கண்டறிந்து கூறியது, அவனுடைய திறமைக்கு ஒரு சான்றாகி விட்டது. மன்னன் நடத்தத் திட்டமிட்ட 'சதி' மாராட்டுக்குத் தெரிய நேரிடச் செய்ததும், ஒரு விசித்திரமான நிகழ்ச்சியினால்தான்.

மாராட் நடத்தி வந்த 'மக்கள் நண்பன்' என்ற இதழுக்கு, செய்திகள் திரட்டித் தருபவர்களில், ஜாவார்தின் என்பவனும் ஒருவன். புரட்சி இயக்க ஏட்டுக்குப் பணியாற்றிக் கொண்டிருந்ததோடு, இவன் ஒரு காதலியையும் பெற்றிருந்தான். மாளிகைக்காரர் பலரை வாடிக்கைக்காரராகப் பெற்றுத் துணி வெளுக்கும் தொழில் நடத்தி வந்தவள், இவன் காதலி.

மாளிகையிலே இருந்து அனுப்பப்பட்ட சட்டை ஒன்றில் நைந்த நிலையில் ஒரு கடிதம் இருந்திடக் கண்டு, படித்துப் பார்த்தாள் அந்தப் பெண். கடிதத்தில், 'அனுமதிச் சீட்டுகள் தயாராகிவிட்டன. வண்டிகள் ஏற்பாடாகிவிட்டன' என்று எழுதப்பட்டிருந்தது. ஜாவார்தீனிடம் இந்தக் கடிதத்தைக் கொடுத்தாள்; மாராட்டிடம் அவன் தந்தான். தீப்பொறி பறக்க, மாராட் இதழில் எழுதினான்; மக்கள் பதைத்தெழுந்தனர். என்ன செய்கிறது காவற்படை? என்ன செய்கிறான் காவற்படைத் தலைவன் லாபாட்டி என்று முழக்கமிட்டனர். பாரிஸ் பட்டினம் முழுவதும் இதே பேச்சாகிவிட்டது.

வெறும் வதந்தியுமல்ல இது; உண்மையில் மன்னன் தப்பி ஓடத் திட்டமிட்டிருந்தான்.

மன்னன் இருந்துவந்த இடத்தை ஆறு நூறு வீரர்கள் கண்காணித்து நின்றனர். உள்ளே, எப்பக்கம் திரும்பினாலும், துப்பாக்கி ஏந்திய வீரர்கள்! மன்னன் அறைக்கும் இராணியின் அறைக்கும் இடையே உள்ள தாழ்வாரத்தில் கூடக் காவல்! அரச குடும்பத்தினர் ஒருவரோடு ஒருவர் பேசிக்

கொள்ளக்கூடப் பயந்தனர் - அவ்வளவு கண்டிப்பு, காவல்! ஆயினும், இவ்வளவுக்கும் இடையே, அரச குடும்பத்தார், தப்பித்துக் கொண்டு போய்விடத் திட்டம் தயாரித்திட முடிந்தது.

மன்னன் ஆட்சி இருந்தால் மட்டுமே, தமக்குச் 'சுக போக' வாழ்வு உண்டு என்பதால், பதுங்கிக் கிடந்த பிரபுக்களில் சிலரும், ஜெபமாலை காட்டி மக்களை மயக்கித் திரிந்த மதத் தலைவர் சிலரும், மன்னன் தப்பி ஓட வழிவகுத்துக் கொண்டிருந்தனர். மன்னன் வெளிநாடு சென்றால், படை திரட்டுவான்; படை வந்தால் புரட்சியை ஒழித்துக் கட்டலாம் - பிறகு... பிறகா! மது, மங்கை, மகிழ்ச்சி - என்று அவர்கட்கு எண்ணம்.

லூயி மன்னன் ஆட்சி நடத்த வேண்டுமா? அல்லது விலக்கப்படவேண்டுமா? மக்களின் நல்வாழ்வுக்கான முறையில் சட்டதிட்டம் தீட்டப்பட்டு அதற்கு அடங்கி மன்னன் நடந்து கொள்வதாக இசைவு தந்தால் ஆள அனுமதிக்கலாமா?

ஏன் மன்னராட்சி முறை இருக்க வேண்டும் - அதைக் கட்டுப்படுத்தவும் ஒழுங்குபடுத்தவும் ஓயாமல் மக்கள் கண் விழிப்பாக இருக்க வேண்டுமா? ஏன் இந்த வீண் தொல்லை? முறையையே மாற்றிவிட்டால் என்ன?

பலர் பல்வேறு கோணங்களிலிருந்து, பிரச்சினையை ஆராயத் தலைப்பட்டனர்; விவாதம் வலுவாகிக்கொண்டு வந்தது.

அரசியல் சட்டம், என்னென்ன உரிமைகளை மக்கள் பெறத்தக்கதாக அமைய வேண்டும் என்பது பற்றியும் பேச்சுப்புயல் வீசிக்கொண்டிருந்தது.

"ஆளப்பிறந்தவன்" என்ற விருதுகொண்டவன் அரண் மனையில் இருந்துவர அனுமதி அளித்த மக்கள், ஆட்சிமுறை எப்படி இருப்பது என்பதைப் பேசி வகுத்துக் கொள்ளலாம்; பிறகு, மன்னனைப் பற்றிய பிரச்சனை எளிதாகிவிடும் என்று எண்ணினர்.

பிரான்சு எப்படி ஆளப்பட வேண்டும் என்பது பற்றி மட்டுமல்ல, வெளிநாட்டவரின் பகையையும் தாக்குதலையும் எவ்விதம் எதிர்த்து நின்று வெற்றி காண்பது என்பது பற்றியும், மக்கள் தலைவர்கள், கவனிக்க வேண்டி வந்தது.

"நாம் அறிவிக்கிறோம்" என்று மன்னன் முறையில், மக்கள் தலைவர்கள், எவரும் பேச முடியாதல்லவா!

கருத்துக்கான காரணங்களை விளக்க வேண்டும், கேள்வி களுக்குப் பதிலளிக்க வேண்டும், ஐயப்பாடுகளைப் போக்க வேண்டும், மறுப்புக்களுக்கும் எதிர்ப்புக்களுக்கும் பதிலளிக்க வேண்டும், ஏளனத்தைக் கேட்டு எரிச்சலடையக்கூடாது. எதிரிகளை ஏற்படுத்திக் கொள்ளக் கூடாது! - இப்படி எத்தனை எத்தனையோ உள்ளனவே முறைகள்! காலம் வேண்டும் அதற்கு! நெஞ்சில் உரமும் தெளிவும் வேண்டும்! நேசங்கள் முறிந்துவிடாமல் பார்த்துக் கொள்ள வேண்டும். கண்டதற் கெல்லாம் கடுமையான மொழியால், எதிர்ப்புக் கூறிக் கொண்டே இருப்போம், கேட்டுக் கேட்டு மனம் வெதும்பித் தானாக ஓடிவிடட்டும். பிறகு விரட்டிவிட்டோம் என்ற மனத்திருப்தி பெறுவோம் என்ற போக்கினர் இருப்பர்; நிலைமையை அறிந்து நடந்து கொள்ளவேண்டும். எது கவனிக்கப்பட வேண்டியது? மனதுக்குச் சரி என்று பட்ட திட்டமா? அல்லது மனத்தை நோகச் செய்யும் போக்குடையாருடன் கூடிக் காரியமாற்றல் இயலுமா, இயலாதா என்ற பிரச்சனையைத் தீர்த்துக் கொள்வதா? எது முக்கியம் - என்பதைத் தீர்மானிக்கவேண்டும். இப்படி

எத்தனையோ சிக்கல்கள், மக்கள் மன்றத்தில் அமர்ந்து, புதிய திட்டம் தேடிக் கொண்டிருந்தவர்களுக்கு.

கவிழ்க்கப்படுவதற்கு முன்பு வரையில் மன்னனுக்கு எல்லா மக்களிலும் தான் மேம்பட்டவன் என்ற அழுத்தமான நம்பிக்கை இருக்கிறது; மக்களில் பெரும்பாலாருக்கும் அந்தப் பயம் இருக்கிறது. மக்கள் தலைவர்கள் விஷயம் அப்படி அல்ல! இவன் எப்படித் தலைவனானான்? எனக்குத் தெரியாதா! - என்று ஆணவம் கக்கி நிற்போரும், 'இவனெல்லாம் தலைவனாம்! என்று ஏளனம் பேசுவோரும், 'இவனை ஒழித்து விட்டு மறுவேலை பார்க்கிறேன்' என்று சூளுரைப்போரும் மக்கள் மன்றங்களிலே இருப்பர்!

'என்னால்தான் எல்லாம் ஆகும்! எனக்குத்தான் எதுவும் தெரியும்! என்னைத்தான் எவரும் நம்புவர்! எனக்கு மட்டுமே எல்லா ஆற்றலும் உண்டு' - என்ற எண்ணத்தை நோயளவுக்கு முற்ற வைத்துக் கொண்டவர்கள் இருந்திடுவர்.

சமரச நோக்கம் சாகசமாகவும், கூடிப் பணியாற்ற வேண்டும் என்ற போக்கு ஒட்டிக் கொள்ளும் வித்தை என்றும் பொறுமை சொரணை கெட்ட தன்மை என்றும் திரித்துக் கூறப்படும்.

இங்கிருந்து அங்குச் செல்ல வேண்டும் - என்ற ஆசை எழக்கூடும்.

இடம் பிடிக்கும் இயல்பும், இன்னொருவருக்கு இடமளிக்க மனமில்லாத தன்மையும் ஏற்பட்டுவிடக் கூடும்.

இவருடன் கூடினால் இது கிடைக்கும், அவரை ஒழித்தால், இவருக்கு நம்மிடம் பற்று ஏற்படும் என்ற கணக்குகள் போட வேண்டும்.

அப்பப்பா! எத்தனை 'ஆபாசங்கள்' எழும், எத்துணை எண்ணங்கள் கிளம்பும், என்னென்ன வகையான எரிச்சல்கள் மூட்டப்படக்கூடும்! - மக்கட் தலைவர்கட்கிடையில்!

இவையாவும், எழுச்சி பெற்ற பிரான்சிலே, மக்கள் மன்றத்திலே, தலைவிரித்தாட ஆரம்பித்தன. இவை தவிர்க்க முடியாதவை என்றபோதிலும், பிரான்சிலே, மிக அதிகமான அளவு தோன்றி, நாட்டை அலைக் கழித்தன என்பதை எவரும் மறுக்க முடியாது.

மன்னனின் கொட்டம் அடக்கப்பட்டதும், சீமான்களின் ஆணவம் தகர்க்கப்பட்டதும், மதப்போர்வைக்குள் இருந்து வந்த மதோன்மத்தர்களின் மமதை மட்டந்தட்டப்பட்டதும், என்னால் தான், என் முறையினால்தான் என்று பெருமை பேசி, உரிமை கொண்டாடிக் கட்சி கட்டினர் பலரும்.

'என்னால்தான், எனது முறையினால்தான் என்ற பேச்சு வளர்ந்து வளர்ந்தது, இனியும் என் முறைப்படி நாடு நடத்தப் பட்டால் மட்டுமே நலன் கிடைக்கும்; மற்ற முறை அவ்வளவும் நாசமே ஏற்படுத்தும்' என்று கூறிடவும், அந்தக் காரணம் காட்டி நாடாளும் பொறுப்பை என்னிடம் விட்டு விடுங்கள் என்று கேட்கும் போக்கும் கொக்கரித்தது.

மன்னன் மனம் மகிழும்படி நடந்துகொண்டு, பட்டமும் பதவியும் பெற்றனர், பலர் முன்பு.

மக்கள் மன்றத்திலும், இதே போன்றார் கிளம்பினர்! பொறிபறக்கப் பேசுவதாலும், தீவிர திட்டங்களைத் தீட்டு வதாலும், செல்வாக்குப் பெற முயன்றனர். அதற்காகப் பலர், சிறுசிறு முகாம் அமைத்துக் கொண்டனர். முகாமுக்கு முகாம்

சண்டை! முகாமுக்குள்ளாகவே சண்டை!! வெட்டு, குத்து ஏராளம்! வீண்கலாம் அதிக அளவில்!

மந்தமதியும், எதையும் சாதிக்கத் தெரியாத போக்கும் கொண்டவனாக மன்னன் பதினாறாம் லூயி இருந்ததால், விபரீதம் ஏற்படவில்லை. தருணமறிந்து வேலை துவக்கக் கூடிய தந்திரக்காரன், மன்னனாக இருந்திருப்பின், மக்கட் தலைவர்களுக்குள்ளே கிளம்பிவிட்ட, வேறுபாடுகளையும் முரண்பாடுகளையும், தனக்குச் சாதகமாக்கிக் கொண்டு, ஆதிக்கத்தைக் கைப்பற்றி இருந்திருப்பான். ஒரு கட்சி மீது மற்றோர் கட்சியை ஏவி விட்டும், கட்சிக்குள்ளயே,சிண்டு முடிந்துவிட்டும், தனக்கு வலிவு தேடிக் கொண்டிருப்பான். பதினாறாம் லூயி, அப்படிப்பட்ட மன்னனல்ல.

எப்படித் தப்பித்துக் கொண்டு ஓடிவிடலாம்? எந்தெந்த மன்னர்கள், உதவி செய்ய வருவர்? - என்ற இவைபற்றியே, எண்ணமிட்டுக் கொண்டிருந்தான். அரசியோ, "இந்த நாட்டு எல்லையைக் கடந்தால், எல்லாத் தொல்லையும் ஒழிந்துபோகும். பழிதீர்த்துக் கொள்ளமுடியும். படுகுழிவெட்டிப் புரட்சி செய்த புல்லர்களைப் போட்டுப் புதைத்திட முடியும். மன்னனை எதிர்க்கும் துணிவு, என்றென்றும் ஏற்படமுடியாதபடி, 'பயங்கர ' முறைகளைக் கையாண்டு, புரட்சியைப் பொசுக்கித் தள்ளிவிட முடியும். மன்னர்கள் பலர் உளர், பிரான்சுக்கு வெளியே! அவர்களை அணுகி, வந்த ஆபத்து எமக்கு மட்டுமல்ல, மன்னர் ஆட்சி முறைக்கே ஆபத்து - பிரான்சில் தானே, என்று வாளா இருந்தீரேல், நாளை உமது நாடும் இதே நிலைதான் கொள்ளும். உடனே கிளம்புங்கள் சீறிப் போரிடத் துணிந்துவிட்ட சிறுமதியாளரை ஒழித்துக் கட்டவேண்டும்" என்ன வேண்டும் ஏமாளிகளே! என்னவேண்டும்! இன்பச் சுதந்திரமா! இதோ பெற்றுக் கொள்ளுங்கள்" என்று கூறி, குண்டு மாரி பொழிந்து, கூண்டோடு ஒழித்துவிட வேண்டும்

அந்தக் கொடியவர்களை" - என்றுதான் எண்ணி எண்ணித் திட்டமிட்டபடி இருந்தாள்.

மன்னன், வெளிநாடு சென்று, படையுடன் வந்து, மக்களைத் தாக்கக்கூடும் என்று மக்கள்கூடத்தான் பயந்து கொண்டிருந்தனர்.

உள்நாட்டிலே குழப்பமும், வெளிநாட்டுப் படையின் தாக்குதலும், ஒரேபோது ஏற்பட்டுவிடுமானால் ஆபத்தாகி விடக்கூடும் என்பதையும் மக்கள் உணர்ந்திருந்தனர்.

ஆனால், அரச குடும்பமே, கண்காணிப்பில் இருந்து வருகிறது. எனவே, அச்சம் கொள்ளத் தேவையில்லை என்று எண்ணி ஓரளவு நிம்மதியாக இருந்தனர்.

அந்தச் சமயமாகப் பார்த்துத்தான், 'சதி' தயாரிக்கப்பட்டது.

ஸ்வீடன் நாட்டுச் சீமான் மகனொருவன், இதற்குத் துணை நின்றான் - அவனுக்கு அறிமுகமான சீமாட்டி, தன் தோழிகளுடனும், பணியாட்களுடனும், குழந்தைகளுடனும் வெளிநாடு செல்ல அரசாங்க அனுமதிச் சீட்டுப் பெற்றிருந்தாள். அதைப் பயன்படுத்திக் கொண்டு, மன்னன், தன் குடும்பத்துடன், மாறுவேடமணிந்து கொண்டு, சென்றுவிடத் தீர்மானித்தான்.

ஸ்வீடன் நாட்டுச் சீமான் மகன், வண்டியோட்டியாக வடிவம் பூண்டான். மன்னனோ, பணியாள்! அரசி, தோழி! தோழி, சீமாட்டி வேடத்தில்! இப்படி ஏற்பாடுகள்!

அரச குடும்பத்தார் அந்தச் சமயத்திலும், தமது 'அட்டகாச' போக்கை மட்டுப்படுத்திக் கொள்ளவில்லை. வெளியே

சென்றதும், அந்தஸ்துக்கு ஏற்ற உடை வேண்டுமே என்றாள், அரசி பணிப்பெண் சென்று, பல கடைகளிலே, விலையுயர்ந்த ஆடைகளாக வாங்கினாள், மிக அதிகமான அளவு. கடைக்காரருக்கே சந்தேகம். தப்பிப் பிழைத்தோடும் வேளையிலும், 'தர்பார்முறை' கெடக்கூடாதாம்! அதனால் பல ஏற்பாடுகளைச் செய்து முடிக்க வேண்டி வந்தது. நேரம் வீணாக்கப்பட்டது. கடைசியில், காவலர்கள் கவனிக்காமல் விட்டிருந்த பக்கமாக, வெளியேறினர். ஸ்வீடன் நாட்டுச் சீமான் மகனல்லவா, வண்டி ஓட்டுகிறான்! அவனுக்கு, பாரீஸ் பட்டினத்துப் பாதைகள் சரியாகத் தெரியவில்லை; சுற்றிச்சுற்றி வருகிறது வண்டி.

அரசகுடும்பம் அறியுமா, தலைநகரின் வீதிகளை.

இல்லை! தோழிகள்? அவர்கட்கு மட்டுமென்ன?

அரண்மனை தெரியும், அலங்காரக் கடை தெரியும், நாட்டிய அரங்கம் தெரியும், பூந்தோட்டம் தெரியும், மற்ற இடம் தெரியாதே! ஒவ்வொரு நிமிடமும் ஆபத்து வளரும் நேரம்! வழி தெரியாமல் திண்டாடுகிறார்கள், அரச குடும்பத்தார். கடைசியில், ஒரு காவலாளியைக் கேட்டு வழி தெரிந்து கொண்டனர். வண்டி கிளம்பிற்று. பாரிஸ் பட்டணத்தைக் கடந்தாயிற்று.

பொழுது புலர்ந்தது; விஷயம் வெளிவந்தது. தப்பி விட்டார்கள்! ஓடி விட்டார்கள்! காவலிருந்தோர் ஏமாந்தனர்! கண்ணில் மண்ணைத் தூவிவிட்டு ஓடிவிட்டனர். சூது சூழ்ச்சி செய்ய மாட்டேன், சதி ஏதும் புரியமாட்டேன் என்று ஆயிரம் சத்தியம் செய்தான், அரசப் பதவியில் உள்ள அந்த அற்பன்! ஓடிவிட்டானே இப்படி - என்று மக்கள் கூறிக் கொதித்தனர். தேடலாயினர். ஓடலாயினர்.

அரச குடும்பமோ, வேறோர் ஊர் போய்ச் சேர்ந்தது! பாரிஸ் அல்லோலகல்லோலப் படுகிறது! மாறு வேடமணிந்த மன்னன், தன் குடும்பத்துடன் வருகிறான், வேறு நகருக்குள். அந்த ஊர், அஞ்சல் நிலைய அலுவலரின் மகன், அரசனை அடையாளம் கண்டுகொண்டான்.

"யார் நீ! எடு, அனுமதிச் சீட்டு!" அவன் கேட்கிறான்.

அந்த நேரத்தில், அஞ்சா நெஞ்சம் காட்டவோ, ஆற்றலுடன் காரியமாற்றவோ, இயலவில்லை மன்னனால்! எந்த நேரத்தில்தான் முடிந்தது, பாவம்! இளித்தான்; விழித்தான்; குளறினான்!

"சரி! இனிப் பயன் இல்லை. நாங்கள்தான். எங்குப் போக வேண்டும், வழிகாட்டு" என்று மன்னன் கூறி விட்டான்.

பலநாள் பாடுபட்டுத் தீட்டிய திட்டம், நொடிப்பொழுதில் பொடிப் பொடியாகி விட்டது. அரசியின் உள்ளம் எப்படி இருந்திருக்கும்! மன்னன், அதிகமாகக் கவலைப்பட்டதாகத் தெரியவில்லை. அதிகாரியின் வீட்டு மாடிக்கு மன்னனை அழைத்துச் சென்றனர்; சென்றதும், மன்னன் சாப்பாட்டுக்கு ஏற்பாடு செய்யச் சொன்னான்! ரொட்டியும் வெண்ணெயும் தந்தான் அதிகாரி. பருக, பர்கண்டி திராட்சை ரசச்சாராயம் கொடுத்தான். மன்னன், அதைப் பருகி மகிழ்ந்து, 'இவ்வளவு நல்ல, பர்கண்டி பானத்தை நான் இதற்கு முன்பருகினதில்லை!' -என்று கூறிக் களித்தானாம்.

அரச குடும்பத்தின் இரத்தத்தைக் குடிக்க வேண்டும் என்று, பாரிசில் மக்கள் கொக்கரிக்கிறார்கள்; இங்கு மன்னன் பர்கண்டி பானம் அருந்தி மகிழ்கிறான். தன்னைப் பற்றிய கவலை துளியும் அற்ற போக்கா, அது? அதுகூட அல்ல, நிலைமை நமது சக்திக்கு மீறிச் சென்றுவிட்டது. இனி அதைப்

பற்றிச் சிந்தித்து என்ன பயன்? ஏன், சிந்தித்துச் சிரமப்பட வேண்டும் என்ற நினைப்பு. அவ்வளவு சுறுசுறுப்பான இயல்பு!

'பிடிபட்டு விட்டான் மன்னன்!' - என்ற செய்தி பாரிசுக்கு எட்டிற்று. மட்டற்ற மகிழ்ச்சி மக்களுக்கு. படைகள் கிளம்பின, அரச குடும்பத்தை, மீண்டும் பாரிஸ் பட்டணம் அழைத்துக் கொண்டுவர.

முன்பு நடந்த ஊர்வலத்தில், மன்னன் கைதியாக அல்ல, மன்னனாகவே அழைத்து வரப்பட்டான்.

இம்முறையோ, மன்னன் 'கைதி' ஆக்கப்பட்டு, கட்டுக் காவலுடன் அழைத்து வரப்பட்டான்.

மன்னன் அமர்ந்திருந்த வண்டியிலேயே, காவல் அதிகாரியும் ஆயுதத்துடன்.

அடக்க முடியாத துக்கம் கொண்ட நிலையில், அரசி.

சூழ மக்களும் படையும்! இப்புறம் அப்புறம் திரும்பிக் கூட வேடிக்கை பார்க்காமல், இமை கொட்டாது, அரசன் இருந்த வண்டியைப் பார்த்தபடி!

முழக்கமும் இல்லை; மகிழ்ச்சியும் இல்லை. பயங்கரமான ஒலியற்ற சூழ்நிலை.

வழிநெடுக மக்கள் பார்க்கிறார்கள்! கண்களிலே நெருப்பு மில்லை; நீரும் இல்லை!

‘மன்னனை ஏசுவோர் தாக்கப்படுவர். மன்னனைப் புகழுவோர் கொல்லப்படுவர்!’ என்று எழுதப்பட்ட அட்டைகள் பாரிசில் எங்கும் காணப்பட்டன. எனவே, மக்கள் வாய்மூடிக் கண்திறந்து நின்றனர்! அரச குடும்பம், கண்களையும் மூடிக் கொண்டுதான் இருந்திருக்கும்.

கைது செய்யப்பட்ட அரச குடும்பம், பாரிஸ் வந்ததும் அரண்மனையில் சிறை வைக்கப்பட்டனர்.

பிரான்சுக்கு முன்பு மன்னன் இருந்தான்! அவனை என்ன செய்வது என்று மக்கள் மன்றத்தில் கூடிப் பேசிக் கொண்டிருந்தனர். இப்போது பிரான்சுக்கு மன்னன் இல்லை; இருப்பது ‘கைதி’ - என்ன தண்டனை தருவது என்று மக்கள் பேசுகிறார்கள்.

தப்பிச் சென்று, வெளிநாட்டு உதவியுடன் நுழைந்து, மக்களை வெட்டி வீழ்த்தத் திட்டமிட்ட அரச குடும்பம் ‘இடுகாடு’ செல்லும் போதாகிலும் துக்ககீதம் பாடப்படும். அதுவுமின்றிப் பாழ்வெளியில் அமைதி போன்றதோர் நிலையில் ஊர்வலமாக அழைத்து வரப்பட்டுச் சிறையில் தள்ளப்பட்டனர்.

பகுதி: 3

தப்பி ஓடியது திங்கட்கிழமை! பிடித்து மீண்டும் பூட்டி விட்டனர், சனி அன்று! ஒரு கிழமை! அரசன் என்ற அந்தஸ்து அடியோடு அழிந்துவிட்டது. அரசன் கைதியானான். மக்கள் கூடுகின்றனர் தீர்ப்பளிக்க! அந்தத் தீர்ப்பு நிறைவேற்றப்படும் நாளிலும் ஊர்வலம் உண்டு! விதவிதமான ஊர்வலம், இந்த விந்தை வேந்தனுக்கு!

"அரசர்கள் மடியவேண்டும் அல்லது பிரான்சு மக்கள் மாள வேண்டும். இரக்கம் காட்டுவது மிருகத்தனம்! பகைவர் அனைவரும் வாளுக்கு இரையாகவேண்டும் - சட்டம் சமைத்தளிக்கும் வாளுக்கு!"

ராபஸ்பயரி பேசிவிட்டான் - மன்னனுக்கு மரண தண்டனை தந்துவிட்டான். மன்றம் கூடி, அதே தீர்ப்பை எழுதப் போகிறது பிறகு, முன் கூட்டியே, ராபஸ்பயரி முழக்கமெழுப்பி விட்டான். அவன் பேச்சு, சட்டமாகும் காலம் அது.

மன்னனை என்ன செய்வது? பிரச்சனை, பல விளைவு களை, மனக் குழப்பங்களை ஏற்படுத்தியபடி இருந்தது. 'மன்னித்து, மக்களின் பெருங்குணத்தை உலகுக்கு எடுத்துக் காட்டுவோம்' என்று கூறினர் சிலர். 'முடிபறித்துக் கொண்டு, விரட்டிவிடுவோம். எங்கோ சென்று ஏதோ செய்து விழைக் கட்டும்' என்றனர் ஒரு சிலர். 'மக்களே அதிகாரத்தின் பிறப்பிடம்; முதலிடம். மன்னன் அவர்களின் குறிப்பறிந்து நடந்து கொள்ளட்டும்' என்று பேசினர் மற்றும் சிலர். ராபஸ்பயரி நெளிவு ஏன் குழைவு ஏன், உள்ளதை உரைப்பேன் என்று கூறி, 'மன்னன் அல்லது மக்கள்!' என்றான். அந்த விநாடியே, பதினாறாம் லூயி இறந்துபட்டான் என்று

பொருள். பிணமாக்கிப் புதைக்க வேண்டிய, சடங்கு மட்டும், பாக்கியாக இருக்கிறது. அது பிறகு, விரைவில். அதற்கு முன்பே பிரான்சு நாட்டின் ஆத்திரம், தீர்ப்பளித்துவிட்டது, ராபஸ்பயரியின் மூலமாக மன்னன் மடியவேண்டும் என்று!

மன்னனிடம்,பாபம், எது இருந்தது மடியாமல்! அரசு இழந்து, நிலைகுலைந்து, ஆதரவு மறைந்து ஆண்டியும் படாத பாடுபட்டு, அடைபட்டுக் கிடக்கிறான்; மன்னன் சிறையில் இருக்கிறான்! ஒரு நாளைக்கு அவனைக் கொல்லப் போகிறோம்! என்று எவனெவனோ கூறுவதைக் கேட்டுக்கொண்டு! மடியாமலா இருக்கிறான் மன்னன்!

மன்னன் பிழைத்துப் போகட்டும் என்று மனிதாபி மானத்துடன் பேசுபவர், நாட்டுக்குத் துரோகிகள் என்று ஏசப்படுகிறார்கள். பரிதாபமாக இருக்கிறது பார்க்க - என்று கூறுவோர், மக்களின் பகைவர் ஆகிவிடுகின்றனர். மன்னனிடம் பரிவு காட்டியதால் கட்சிகளே கலைகின்றன; வீரர்களுக்குக் கோழைப் பட்டம் சூட்டப்படுகிறது; நாட்டுக்குழைத்தவர் விரட்டப்படுகிறார். அந்த நிலையில், மன்னன் மடிய வேண்டும் என்று ராபஸ்பயரி சொன்னான்! மடிந்துவிட்டான் மன்னன் - பழைய நினைவுகள் குடைவதால் சங்கடப்பட்டுக் கொண்டிருக்கும் ஒரு மனிதன் மட்டுமே இருக்கிறான்.

“மன்னனைப் பாருங்கள், அவனிடம் சமரசம் பேசி வருகிறீர்களே, எவ்வளவு அறிவற்ற தன்மை! அரசன் எவ்வழியோ, அவ்வழியேதான், பிரபுக்கள் கூட்டம். அவர்கள், நம்மை என்றும் மன்னிக்கமாட்டார்கள்! நாம் செய்ததை மறக்கவும் மாட்டார்கள். அவர்கள் உள்ளவரை, புரட்சிக்குப் பகை வெளிப்பட்டுக் கொண்டுதான் இருக்கும். அடைத்து வைத்துவிடலாம் என்கிறீர்களா! எவ்வளவு பேரை? எங்கே? அவர்களிடம் மயங்கித் துரோகம் செய்யாதே காவலாளிகளை எங்கே கண்டுபிடித்து அமர்த்தப் போகிறீர்கள்? நான்

கூறட்டுமா, பாதுகாப்பான சிறைச்சாலை! மக்களின் பகைவர்கள் அனைவரையும் அடைத்து வைக்கக் கூடிய, பெரிய பாதுகாப்பான சிறைச்சாலை, சொல்லட்டுமா! சுடுகாடு. ஆம்! அதுதான் அவர்களுக்கு ஏற்ற சிறைச்சாலை! அங்குச் சென்றால்தான், தப்பி வந்து நமது உயிர் குடிக்காமலிருப்பார்கள். அவர்களை ஓடிவிடாமல் தடுக்கக் கூடிய ஒரே காவலாளி சாவு! கொல்ல வேண்டும்! கொல்ல வேண்டும்! அதுதான் உண்மையில் பலனளிக்கும் கொள்கை. படைதிரட்டுவீர்; பயன் இல்லை! பகை அழியாது!! குத்தீட்டியுடன் இருநூறு வீரரைத் தாருங்கள்; கொன்று குவிக்கிறேன், பகைவர்களை! புரட்சி வெற்றிபெறச் செய்கிறேன்.''

மாராட் பேசுகிறான் அவ்வளவு இரத்தவெறியுடன். மறுப்பார் இல்லை! மறுக்கக்கூடிய சிலர் மாண்டனர்; பலர் தலைமறைவு ஆகிவிட்டனர். இப்போது குத்தீட்டி, கொடுவாள், வெட்டுப்பாறை - இவை தானிருக்கின்றன.

கொலையைத் தொழிலாக்கிக் கொண்டவர்கள், குதூகலப் படுகிறார்கள், தங்களுக்கு வேலை கிடைக்கப் போகிறது என்று அறிந்து; போர் முரசு ஒலிக்கக் கேட்டதும் பிணத்தைப் பிய்த்துத் தின்னலாம் என்று பெருங்கழுகுகள் வட்டமிடுமாம்! வெட்டிக் குவிப்போம் என்று மாராட் பேசிவிட்டது கேட்டுச் சொல்லக் கூசாத கொடுமை செய்வதைத் தொழிலாகக் கொண்ட கும்பல் குதூகலப்பட்டது. ‘இது அல்லவா அரசு! நமது அருமை அறிந்த அரசு’ என்று.

நாட்டை ஆபத்து சூழ்ந்து கொள்ளும்போது ஆர அமர யோசித்துக்கொண்டு, அறிவுரைகள் பேசிக்கொண்டு, அருளாளர் கூறுவதைக் கேட்டுக் கொண்டு, காலங்கடத்த முடியுமா என்று எக்காளமிட்டனர், இதயத்தை இரும்பாக்கிக் கொண்டவர்கள்.

அதற்கு ஏற்றாற்போல வெளிநாட்டவர், வேகமாகப் பிரான்சைத் தாக்கிடத் தொடங்கினர். கடும் போர் மூண்டு விட்டது. மன்னர் பலர் கூடினர், பிரான்சு நாட்டைத் தாக்கிட - புரட்சியைப் பொசுக்கிட - மன்னனை மீட்க.

'அடைபட்டுக் கிடக்கும்போதே, அவனால் வந்திடும் ஆபத்தைப் பார்த்தீர்களா? ஆதிக்க வெறி பிடித்தலையும் இனம், அவனுக்காகக் கிளம்புகிறது காணீர்! இனியுமா உங்கட்குத் தயக்கம்? மன்னன் அல்லது மக்கள்!' என்று பேசினர் மாராட்டுகள், ராபஸ் பயரிகள்!

மக்களின் உரிமைகளைக் காக்கவும், மக்களிடையே ஒருவனோ, ஒரு கூட்டமோ கிளம்பி பொது உரிமையை, நலனை அழித்திடாதபடி பாதுகாக்கவுமான 'புனித'க் காரியத்துக்காகவே மன்னன் இருக்கிறான். அந்தக் கடமையை மறந்து அரசபீடம் கிடைத்தது தனக்காக, சுகபோகத்துக்காக என்று எண்ணிடும் கணமே புனிதம் போய் விடுகிறது; மன்னன் மக்களின் பகைவனாகி விடுகிறான். பகைவரை வீழ்த்த வேண்டியவனே பகைவனாகிவிட்டால், அவனை ஒழிப்பதுதான் முறை. ஒழித்தாகவேண்டும் என்றெல்லாம் 'தத்துவம்' பேசியும், செயலில் காட்டியும் வந்த இங்கிலாந்திலேயே, செல்வாக்குள்ள ஒரு கூட்டம் கிளம்பி, 'பிரான்சு நாட்டிலே நடப்பது அரசியல் மாறுதல் அல்ல, பயங்கரமான படுகொல, குத்திக் குடலறுப்போன், வெட்டிவீழ்த்துவோன், பச்சிளங் குழந்தைகளைக்கூடக் கழுத்தைத் திருகிக் கொன்றிட அஞ்சாத பாவிகள் கூடிக் கொண்டு படுகொலை செய்து கொண்டு வருகிறார்கள். அங்கு எல்லாம் அழிந்துபடுகிறது. அறம் அழிகிறது! அன்பு அழிகிறது! பண்பு அடியோடு அழிந்து விட்டது! பக்தி பூண்டோடு களைந்தெறியப்படுகிறது. இதை அனுமதிப்பது கூடாது. இதனால் பிரான் மட்டுமல்ல, உலகே கெடும்; மனிதகுலமே நாசமாகும். கற்றறிந்த வித்தகரும், காலத்தை வென்ற பேரறிவாளரும், நமக்களித்த, போற்றற்கரிய

பொன்னான கருத்துக்களும், முறைகளும் பாழாக்கப்படுகின்றன. அவை பாருக்கு உள்ள பொதுச்சொத்து. மனிதரை மிருகத்தினின்றும் வேறுபடுத்திக் காட்டுவதற்காக ஆன்றோரும் சான்றோரும், அருளாளரும், நமக்களித்த நெறி; அது பாழாக்கப்படுகிறது. அறமறிந்தோரே! ஆண்டவனை மறவாதோரே! பண்பினை இழக்காதிருப்போரே! பாபத்தைக் கண்டு அஞ்சிடும் நல்லோரே! பிரான்சிலே தலைதூக்கி ஆடும் 'பாபத்தை' ஒழித்துக் கட்டிட முனைவீர், முன் வருவீர்! ஆபத்தில் சிக்கி இருப்பது அரசப் பதவி அல்ல; அறம்! அறம் தாக்கப்படுகிறது! அறம் அழைக்கிறது, அன்பர்களை! அஞ்சா நெஞ்சுடையோரை! அறத்தின் குரலைக் கேளீர்! அதனைக் காத்திட வாரீர்' - என்றெல்லாம் பேசியும் எழுதியும் வந்தது.

பல்வேறு நாடுகளிலேயும், பகைக்கும் கும்பல், பாயத் தயாராக இருந்தன.

யாரேனும், 'துணிந்த பேர்வழி' ஒருவன், முனைந்திருந்தால், பிரான்சிலே முளைத்த புரட்சியை அழித்திட, பணமும் படையும் ஏராளம் திரட்டிவிட முடியும். அத்தகைய சூழ்நிலை, லூயி மன்னன் முயற்சி ஏதும் முறைப்படி செய்யாமலேயே, உருவாகிக் கொண்டு வந்தது.

இனி இங்கு இருந்தால் சுட்டுச் சாம்பலாக்குவர் என்ற அச்சம் கொண்ட, பிரபுக்களில் சிலர், பிரான்சிலிருந்து தப்பித்துக் கொண்டு, இங்கிலாந்து முதலிய நாடுகளுக்கு ஓடிவிட்டனர். அங்கு அவர்கள், 'கதை கதை'யாகக் கூறினர், பிரான்சிலே நடக்கும் பயங்கரம் பற்றி.

"வெறி பிடித்த மக்கள் இரத்தத்தைத்தான் குடிக்கிறார்கள், மனித இரத்தத்தை" என்பான் ஒரு பிரபு.

அவன் மனைவி, "குழந்தையின் இரத்தத்தை!" என்று கூறி அழுவாள். கேட்போர் துடிப்பர். துணிவுள்ளோர், 'என்ன நேரிடினும் சரி; இந்தப் புரட்சியை எதிர்த்தாக வேண்டும்' என்று பேசுவர்.

அமெரிக்க சுதந்திரத்தை ஆதரித்து 'நேர்மையாளன் - பாங்காளன்', என்று பெயரெடுத்த பர்க் எனும் ஆங்கில அறிஞனே, பிரான்சிலே நடக்கும் புரட்சி மனித குலத்துக்கு மாபெரும் நாசம் விளைவிப்பதாகும் என்று எழுதினான்.

டாம்பெயின் போன்ற உரிமை உணர்ச்சியை மதித்திடும் ஒரு சிலர் மட்டும், தடுத்து நிறுத்தி இராவிட்டால், புரட்சிக்கு எதிர்ப்பு, வேகமாகவும் வலிவுள்ளதாகவும் உருவாகிவிட்டிருந்திருக்கும்.

"தக்க சமயம் இது! தலைவெட்டத்தானே தெரியும் இதுகளுக்கு! படை எடுத்துச் சென்றால், தடுத்திடும் ஆற்றல் ஏது? முறை என்ன தெரியும்! கூனும் குருடும், மொண்டியும் நொண்டியும் கூடிக்கொண்டு கொக்கரிக்கின்றன! வீரமும் போர் முறையும் கருவியும் நிரம்ப நம்மிடம் இருக்கின்றன. நாம் படை எடுத்துச் சென்றால், பயந்தோடிப் போவர் பத்து நொண்டிகள் கூடி எதிர்த்தாலும், ஒரு வீரனிடம், என்ன நடக்கும்? பார்ப்போம்!" என்று எண்ணினர்.

படை திரட்டினர், பாய்ந்தனர் அன்னியப் படைகளைத் தாக்க; பாயுமுன், உள்நாட்டிலே துரோகிகளையும், சதிகாரர்களையும், அரசனிடம் கைக்கூலி பெற்று மக்களைக் காட்டிக் கொடுக்கக் கூசாத கயவர்களையும் விட்டு விட்டா நாம் களம் செல்வது! நாம் அங்கு இருக்கும்போது இந்தக் கும்பல் பின்புறமிருந்து தாக்கினால் நமது கதி என்ன ஆகும்? என்று கேட்டனர் சிலர். "ஆமாம்! முக்கியமான பிரச்சனை" என்றனர் பலர். 'இதிலென்ன சிக்கல்! சீவுங்கள் தலைகளை!' என்றனர் மாராட்டுகள். கொன்றனர், கொன்றனர்! எங்கும் குருதி!

அதைக் கண்ட பிறகே, மனதுக்கு ஒரு நிம்மதி ஏற்பட்டது; களம் சென்றனர்.

களத்திலே கடும்போர்! அங்குத் தோற்றால், எல்லாம் அழிந்துவிடும் - என்ற எண்ணம் அவர்களைப் புலியாக்கி விட்டது. வெற்றி பல பெற்றனர். அடியோடு எதிரிகள் அழிக்கப் படவில்லை என்றாலும், பலம் முறியடிக்கப்பட்டுவிட்டது.

வெளிப்பகை ஒருவிதமாக அடக்கப்பட்டு விட்டது. இனி மன்னனைக் கவனிப்போம் என்று கூறினர். மீண்டும் விவாதம்! "குற்றத்தை விசாரிக்கலாம்; தீர்ப்பளிக்கும்படி மக்களைக் கேட்கலாம்." - என்று சிலர் வாதாடினர். 'சிறையில் இருந்தாலும், மன்னன் எவ்வளவு பேரைத் தன் வலையில் விழச் செய்கிறான் பார்த்தீர்களா!' என்றனர், அரச பரம்பரை பூண்டோடு அழிக்கப்படவேண்டும் என்ற கொள்கை கொண்டோர்.

அரச குடும்பமோ, அரண்மனையில்கூட அல்ல, வாட்டம் தரும் ஒரு கோட்டத்தில் அடைக்கப்பட்டு, வசதிகள் பலவும் குறைக்கப்பட்டுக் கிடந்தது.

அரசி, பலகணிவழியாக எட்டிப் பார்ப்பாள், சிலவேளைகளில்! வெட்டப்பட்ட தலையை ஈட்டியில் செருகித் தூக்கிக் காட்டிக் கூச்சலிடுவான், புரட்சியில் ஈடுபட்டவன்.

"இது நடக்கிறது வெளியே! உள்ளே இருக்கிறீர்கள் நீங்கள். உம்! எத்தனை நாளைக்கு?" என்று கேட்கிறது அவன் பார்வை. அரசியின் கண்களில் நீர் ததும்புகிறது. "அழுகிறாளப்பா அரசி! மக்களை அழ வைத்த அம்மணிக்கு இப்போது கண்ணீர்

எப்படி இருக்கும் என்பது புரியுமல்லவா?" என்கிறான் அவதி பல கண்டவன்.

மன்னன், மக்கள் மன்றத்திலே நிறுத்தப்பட்டான்; குற்றப்பத்திரிகை படித்தனர். வாதாட யாராவது தேவையா என்று கேட்டனர்; 'ஆம்' என்றான் அரசன். இருவர்முன் வந்தனர், மன்னன் சார்பில் வாதாட; அவர்களைச் சுட்டுத் தள்ளுவது போலப் பார்த்தனர் மக்கள் மன்றத்தினர். இரக்கம் காட்டச் சொல்லித்தான் அவர்கள் கேட்டனர்! சட்டம் பேசவில்லை. கருணை காட்டும்படி கூறினர்; காவலன் மீது குற்றம் ஏதும் இல்லை என்று பேசவில்லை. மன்னனுக்காக வாதாடவில்லை; மனிதனுக்காக வாதாடினர்! மக்கள் மன்றம் ஏற்றுக் கொள்ளவில்லை; அவ்வளவு கல் செஞ்சமா என்றே எவருக்கும் கேட்கத் தேன்றும்! ஆனால் ஆண்டு பல, பிரான்சு மக்கள் கொடுமைப் படுத்தப்பட்டபோது, சட்டம் பேசி அவர்களைச் சாகடித்தபோது, குற்றமற்றவர்களைக் கொன்றபோது, வழக்கறிஞர்களே கிடைக்கவில்லையே, மக்களுக்காக வாதாட! ஓரிருவர் வாதாடியபோதும், சட்டத்தின் புனிதத் தன்மையும் மதத்தின் மாண்பும், மன்னராட்சியின் மேம்பாடும் நிலைத்திட வேண்டுமானால், கண்ணீர் கண்டு கடமையினின்று தவறக்கூடாது. இரக்கம் பேசிச் சட்டத்தைக் குலைக்கக் கூடாது. கர்த்தர் இருக்கிறார் இரட்சிக்க ! சட்டம் இருக்கிறது தண்டிக்க!" என்று எத்தனை நீதிபதிகள் பேசினர் - பிறகு பிரபுக்கள் கெக்கலி செய்தனர்.

மன்னன் மக்களுக்கு எதிராகச் சதிபுரிந்தான் என்று குற்றம் சாட்டி, மரண தண்டனை விதிக்கப்பட்டது மக்கள் மன்றத்தால். 721 பேர் உறுப்பினர் இருந்தனர்! 361 பேர் மரணதண்டனை. விதித்தனர். நிபந்தனையின்றி மரணதண்டனை. மேலும் சிலர், சில நிபந்தனையுடன், மரண தண்டனை தரலாம் என்றனர்.

மொத்தத்தில், மன்னனுக்கு மரணதண்டனை தரவேண்டும் என்று 387 உறுப்பினர்களும், மற்ற 334 உறுப்பினர்கள் போர் முடியுமட்டும் சிறையில் வைத்திருந்து விட்டுப் பிறகு நாட்டை விட்டு ஓட்டிவிடுவது என்றும் கூறினர்.

மரண தண்டனை உறுதிப்படுத்தப்பட்டு, மன்னனுக்கு அறிவிக்கப்பட்டது. பதறாமல் கேட்டுக் கொண்டு, சாக மூன்று நாள் அவகாசம் கேட்டான் மன்னன்.

அவ்வளவு மனஉறுதி கொண்டவனா இந்த மன்னன்! சாகப்போகும் போதுதானா, இந்த நெஞ்சு உரம் வரவேண்டும்! ஆண்டு கொண்டிருந்தபோது, காட்டாத உறுதி இப்போது தெரிகிறதே! அணையுமுன் ஒளிவிடுமாமே விளக்கு. அதுபோலப்போலும் என்று கருதினர் மன்னனைக் காவல் காத்து நின்றவர்கள்.

1793 ஜனவரி 21ஆம் நாள்! வெட்டுப் பாறைக்கு அழைத்துச் செல்கிறார்கள் மன்னனை. அடைபட்டுக் கிடந்த தோட்டத்திலிருந்து, அரண்மனைக்கு எதிரே அமைக்கப்பட்ட ‘கில்லட்டின்’ எனும் வெட்டுப் பாறைக்கு அழைத்துச் செல்கிறார்கள்.

தளபதிகள் வந்திருக்கிறார்கள், பணிவு காட்ட அல்ல; பயணத்துக்கு ஏற்பாடு செய்ய! போர் வீரர்கள் அணிவகுத்து நிற்கிறார்கள், மரியாதை காட்ட அல்ல; தப்பி ஓடிவிடாமல் பார்த்துக் கொள்ள.

பாரிஸ் பட்டணத்திலே ஒரே அமைதி! தெருக்களிலே நடமாட்டம் இல்லை. போர் வீரர்கள் தவிர, மக்கள் இல்லை. பலகணிகள் திறக்கபடவில்லை. கதவுகள் தாழிடப்பட்டுக் கிடந்தன. வெட்டுப்பாறை அருகே நின்று, போர் வீரர்கள் முரசு கொட்டியபடி இருந்தனர். இருள் சூழ்ந்து

கொண்டிருந்தது. மன்னன் அழைத்துச் செல்லப்பட்டான், புரட்சி அரசு அனுப்பி வைத்த வண்டியில்.

ஆடலையும் பாடலையும், அணிவகுப்புகளையும், வெற்றி ஊர்வலங்களையும் வெறியாட்டத்தையும் பலமுறை காட்டிய பாரிஸ்பட்டணம் அன்று ஒரு புதி பயங்கரத் தோற்றத்தைக் காட்டி நின்றது. மன்னனைத் தூக்கிலிட மக்கள் கட்டளையிட்டு விட்டார்கள். மக்கள் ஆணையை நிறைவேற்ற வீரர், அழைத்து வருகிறார்கள் மன்னனை. மன்னன் காணும் மூன்றாவது ஊர்வலம் - கடைசி ஊர்வலம்! வெட்டுப் பாறை! வண்டி நின்றது. மன்னன் அமைதி குலையாமல், 'சாக'த் தயாரானான். மக்களிடம் 'நான் குற்றமற்றவன்' என்று கூறத் தொடங்கினான்! 'முரசுகள் ஆர்ப்பரிக்கட்டும்' என்று உத்தரவிட்டான் அதிகாரி. மன்னன் பேசியது நின்றது; வெட்டரிவாள் கழுத்தில் விழுந்தது. துண்டிக்கப்பட்ட தலையை ஒரு போர் வீரன் தூக்கிக் காட்டினான், அங்கு இருந்தோருக்கு, 'வாழ்க குடி அரசு!' என்று கூறினர்; மக்கள் கலைந்தனர்; மன்னன் கதை முடிந்தது.

"உன் பெயர்."

"ஆஸ்ட்ரிய அரச குடும்பத்தைச் சார்ந்த மேரி அன்டான்னய்ட் என்று என்னை அழைப்பார்கள்.

"இப்போது உன் நிலைமை?"

"முன்பு பிரான்சு மன்னராக இருந்த லூயியுடைய நான்."

"வயது?"

"முப்பத்து ஏழு!"

1793 அக்டோபர் திங்கள், பதினாலாம் நாள், மக்கள் மன்றம் அமைத்த வழக்கரங்கில் நடைபெறுகிறது இந்த உரையாடல். அரசியை மக்கள், ஊர் பெயர் கேட்கிறார்கள்; உற்ற வயது என்ன என்று கேட்கிறார்கள்; அருகே நெருங்கவே முடியாதே, அரசியை - சீமானாகவோ, சீமாட்டியாகவோ இருந்தலொழிய! சாமான்யர்கள் புரட்சி அரசு அமைத்தனர்; அவர்கள் கேட்கிறார்கள், குற்றவாளியைக் கேட்கும் முறைப்படி "உன் பெயர் என்ன?" என்று.

குற்றங்களை மெய்ப்பிக்கச் சாட்சிகள் பேசினர்; அரசியின் மறுப்புரை கேட்டனர்; கடைசியில் மரண தண்டனை தரப்பட்டது.

அரசனிடம் இருந்ததைவிட அரசியிடம் மக்களுக்கு ஆத்திரம் அதிகம். எனவே, வெட்டுப்பாறைக்கு அழைத்துச் சென்றபோது, கைகளைப் பின்புறமாகக் கட்டி, அனைவரையும் ஏற்றிச் செல்லும் வண்டியில்தான் அழைத்துச் சென்றனர். வழி நெடுக மக்கள் - குறிப்பாகப் பெண்கள் நின்று கேலி செய்தனர். - கேவலப்படுத்தினர். அக்டோபர்15! அரசியும் வெட்டுப் பாறையில் வீழ்ந்துபட்டாள். 'வாழ்க, குடியரசு' என்று மக்கள் முழக்கமிட்டனர்.

இரத்தவெறி பிடித்தல்லவா அலைந்திருக்கிறார்கள்! துளியும் ஈவு இரக்கம், மனிதாபிமானமற்றல்லவா, படு கொலைகள் புரிந்திருக்கிறார்கள். சமத்துவம், சகோதரத்துவம், விடுதலை என்றெல்லாம், சுவை தரும் பேச்சு பேசினரே தவிர, அவர்களின் கரங்களை இரத்தத்திலல்லவா தோய்த்து எடுத்தனர் - என்றுதான் எவருக்கும் கேட்கத் தோன்றும்.

புனிதமான கொள்கைகளுக்காக என்று கூறினாலும், படுகொலை படுகொலைதான்! முறையைத் தள்ளுங்கள்,

முடிவைக் கவனியுங்கள் என்று கூறுவது சமாதானமே தவிர, சன்மார்க்கத்துக்கும் சரி, அறிவுடைக்கும் சரி, சான்றாகாது.

புரட்சியின் பயங்கரம், அளவில் அதிகம்; மறுப்பதற்கில்லை. கொடுமைகள்- கேட்கக் கூசக்கூடியவை; இல்லை என்று வாதிடுவது வீண்.

ஆனால் எண்ணிப் பார்க்க வேண்டிய மிக முக்கியமான வேறோர் பிரச்சினை இருக்கிறது.

அன்பு, அறம், ஈவு, இரக்கம், பற்று, பாசம், பயம், பக்தி, தயவு, தாட்சண்யம் - இவைபோன்ற குணங்கள் கொண்டவர்கள், எப்படி இரத்த வெறிபிடித்து அலையும் நிலை அடைந்தனர்? ஆட்டுக்குட்டிகள் போலக் கிடந்தார்களே, இவர்கள் எப்படி ஓநாய்களாக மாறினர்? அந்த மாறுதலுக்கு காரணம் என்ன?

பார்க்கப் பச்சைப் பசேலென்று இருக்கிறது, மலரும் கனியும் குலுங்குகிறது, சுவையும் பயனும் அளிக்கிறது, மரம். அதைக் காயவிட்டு, விறகு ஆக்கிவிட்டால், கவர்ச்சி அடியோடு போய்விடுகிறது. பிறகு நெருப்பெரிக்க மட்டுமே பயன்படுகிறது! நெருப்பில் விறகைப் போடும் வரையில் பயம் இல்லை. விறகு நெருப்பாகிவிட்டாலோ, தொடக்கூட அச்சம்; பட்டால் தொல்லை; சுட்டால் புண் ஏற்பட்டுவிடுகிறது.

பச்கையாகத்தான் இருந்தது. ஒடித்து நாசமாக்கி, உலரவிட்டு விறகாக்கிப் பிறகு நெருப்பாக்கி விட்டு, தீ சுடுகிறதே, பெரு நெருப்புச் சூழ்ந்து கொண்டதே என்று கூறுவதில் என்ன பயன்?

பிரான்சு மக்கள் இதயம், எல்லாப் பண்புகளும் பூத்துக் குலுங்கும் இடமாகத்தான் இருந்தது - அக்கிரம அரசுகள்

அமைத்துக் கொண்டவர்கள், அந்த இதயத்திலிருந்த பண்புகள் வற்றிப் போகும் அளவுக்கு, கொடுமை புரிந்தனர். விறகாகி விட்டது, பச்சைக் கொடி! இரும்பாகிவிட்டது, மக்கள் இதயம். மலர் குலுங்கிற்று கொடியாகக் கிளையாக இருந்தபோது; நெருப்பாகிவிட்டது, விறகு ஆக்கப்பட்டதால் 'ராஜ பக்தி' - 'தெய்வபக்தி' எல்லாம் ததும்பும் மனம்தான் இருந்தது. கொடுமைப்

படுத்திக் கொடுமைப்படுத்திப் பழிதீர்த்துக் கொள்ளவேண்டும் என்ற உணர்ச்சி தவிர வேறு எதுவும் இருக்க முடியாத நிலைக்கு மாற்றிவிட்டனர் மக்கள் இதயத்தை, மன்னர்களாக வந்த மமதையாளர்கள்.

இதயம் கொதித்தபோது, ஏளனம் செய்தனர். வேதனையை வெளியிட்டபோது கேலி பேசினர். இரத்தம் கேட்ட போதுதான் ஆதிக்கக் கூட்டம் அச்சப்பட்டது. பிறகு கேட்கலாயிற்று, "ஈவு இரக்கம் துளியும் இல்லையா?" என்று.

"சீமானே! உன் தந்தை வயதிருக்கும் எனக்கு! உங்கள் குடும்பத்துக்காகவே உழைத்து உழைத்து, சருகு ஆகிப்போனேன்! என்னைச் செருப்புக் காலால் உதைத்தாய், என் மனைவி எதிரில்! நினைவிருக்கிறதா? அப்போது பண்பு இருந்ததா உனக்கு? அதைக் கண்டு சிரித்தாள் உன் சிங்கார மகள்! பண்பா அது? இப்போது எம்மிடம் பண்பு இல்லையே என்று கேட்கிறாய், உமது இல்லந்தோறும் பண்புப் பயிர் வளர்த்து வைத்தவர்போல! என்று கேட்பான், புரட்சியால் "பொல்லாதவன்" ஆகிவிட்டவன். ஆனால் சீமான் இல்லை எதிரில்! பலர் இறந்தனர்; மற்றும் பலர் மறைந்தனர்! கேட்க முடியவில்லை.

உழைப்பவனைச் சுரண்டினர்; அதற்குப் பெயர் வரிவிதிக்கும் முறை என்றனர். வயல்களை அழிக்கிறோம் என்றனர்; காரணம் கேட்டால் வேட்டைக் கலை வளர்க்கிறோம் என்றனர்.

பகுதி: 4

அகப்பட்டவை வாளுக்கு இரையாக்கினர். 'ஏன் ஐயா!' என்றால், 'வாளின் கூர்மை எப்படி இருக்கிறது என்று பார்த்தோம்' என்றனர். இது பிரபுக்கள், அரச குடும்பத்தினர் காட்டிய பண்பு! மறுக்க இயலுமா?

"என்ன செய்தான் உன்னை."

"எப்படிப் பிரபுவே! அதைச் சொல்வேன்."

"சொல்லடி கள்ளி! என்ன செய்தான்?"

"என்னைக் கெடுத்தான்."

"பத்தினித் தங்கம் இவள்! போக்கிரிப் பெண்ணே! நீ என்ன பரிசுத்தமானவனோ? கெடுத்தானாம், கெடுத்து... இளித்துக் கொண்டு எதிரே வந்திருப்பாய், என்னமோ போலிருந்திருக்கும். சரி! சரி! எங்கே நடந்தது...?"

"எது...?"

"உம்! உற்சவம்..."

"மாதா கோவிலில்..."

"பாதகி! மாதா கோயிலிலா? எப்படி உனக்கு அந்த இடத்தைப் பாழ்படுத்த மனம் துணிந்தது?"

'ஐயையோ! நான் உண்மையாகவே உற்சவத்தைப் பற்றித்தானே கேட்கிறீர்கள் என்று நினைத்து கொண்டேன். கர்த்தரே! மன்னித்துவிடு. என்னை அவர் குதிரைக் கொட்டிலில்..."

"குதிரை என்ன செய்து கொண்டிருந்தது..."

'கொல்' என்ற சிரிப்பொலியல்லவா கிளம்பி நாசமாக்கப் பட்டு நங்கைக்கு வேதனையைத் தந்தது இவ்விதமான வழக்கு விசாரணையின்போது.

அரசியைப் போய் துளியும் பண்பில்லாமல் ஊர் என்ன, பெயர் என்ன என்றா கேட்பது, மக்கள் அமைத்த விசாரணைக் கூடத்தில் என்று கேட்பர், கேட்கிறார்கள்; ஆனால் ஆதிக்கம் செலுத்திக் கொண்டிருந்த நாட்களிலே, பிரபுக்கள் நடத்திய விசாரணைக் கூடங்களிலே நடந்தன பற்றிக் கேட்டனரா? இல்லை! பண்பு யாரால் எப்போது எந்த விதத்தில் அழிக்கப் பட்டது. மக்களா அழித்தனர்?

சீமானின் தூக்கத்தைத் தவளைகள் சத்தமிட்டுக் கெடுக்குமாம். இரவெல்லாம் கண்விழித்து ஏழைகள் தவளைகளைப் பிடித்து அடிக்க வேண்டுமாமே! எத்தனை நேர்த்தியான பண்பு!

"சீமானின் வயலிலே எலிகள் அழிவு உண்டாக்கும். அந்த எலிகள் உன் வயலிலே உள்ள வளைகளிலே இருந்துதான் வருகின்றன. ஆகவே, நஷ்டத்துக்கு நீதான் பொறுப்பு" என்று நீதிமன்றத்தில் தீர்ப்பு வழங்கிய அநியாயக்காரர்களை யார் அடக்க முன்வந்தார்கள்? 'இரத்தம் வேண்டும்!' என்று கேட்ட பிறகுதான் புழுவும் போரிடும் என்று புரிந்தது.

குடித்துவிட்டுக் கூத்தாடுவது, அதற்குப் பெயர் கலை!

ஆலயச் சொத்துக்களை அபகரித்துக் கொள்வது - அதற்குப் பெயர், அருளைப் பெற்று அளிக்கும் புனிதப்பணி.

சூறையாடுவது - அதற்கு வீர விளையாட்டு என்று பெயரிடுவது.

எச்சிற் பண்டங்களைப் பசிக் கொடுமையால் தாக்குண்டவர் எதிரே வீசுவது; அவர்கள் பாய்ந்தோடிச் சென்று எடுத்துத் தின்னப்போகும்போது வேட்டை நாய்களை அவிழ்த்து விட்டுக் கடிக்க வைத்து கைகொட்டிச் சிரிப்பது! சீமானே! உனக்கு இது பொழுதுபோக்காக இருந்ததே! இப்போது தத்துவப் பேராசிரியனாகி பண்பு பாழாகலாமா என்றா கேட்கிறாய் - என்று கேட்பான் புரட்சிவீரன். எதிரே வர, சீமானுக்குத்தான் நடுக்கம்.

பதினாறாம் லூயி, கொடுமைக்காரனல்ல; ஆனால் கொடுமைக்காரர்களை அடக்கும் திறனற்ற மன்னன். செயல் புரியச் சங்கடம்! சிந்திக்க அதைவிடச் சங்கடம்! மக்கள் மனம் எரிமலையாகி இருந்த வேளையில் அரசனானான்; நிலைமையை அறிந்து கொள்ள முடியவில்லை. மன்னன் செய்ய வேண்டிய வேலை முடிதாங்கிக் கொள்வது, அடி வருடிகளை ஆனந்தப் படுத்துவது, ஆட்சி நடத்த அமைச்சர்களை நியமிப்பது, அவர்கள் 'கைவிரித்தால்' வேறு ஆட்களை அமர்த்துவது - இவ்வளவுதான் என்று எண்ணிக் கிடந்தான்.

அவனை மணக்க வந்த மங்கைக்கோ, ஆடம்பரம் என்றால் கொள்ளை ஆசை! நேரம் இடம் கூடப் பார்க்கத் தேவையில்லை என்ற அளவுக்கு ஆடலிலும் பாடலிலும் விருப்பம். விருந்துகள் நடத்துவர். பணம் விரயமாவது பற்றிய கவலையற்று விலை உயர்ந்த ஆபரணங்களை வாங்குவாள்.

தேவைக்காக அல்ல; பிறர் பார்த்து ஆச்சரியப்பட! சூதாட்டச் சாலைகளிலே அரசியைப் பார்க்கலாம்! வெறியாட்டங்களிலே அவள் நடுநாயகமாவாள்.

இவ்வளவு வீண் செலவுக்கும் பணம் தரும் பாட்டாளிகள் பஞ்சைகளாகிப் பராரிகளாகிக் கிடக்கின்றனர் என்பது குறித்துக் கவலை கொள்ளவில்லை; நேரமும் இல்லை; நினைவும் எழவில்லை.

"ரொட்டி கிடைக்காவிட்டால் என்னவாம்! 'கேக்' சாப்பிடட்டுமே!" என்று சொன்ன காலமல்லவா அது!

'பசித்தால், புல் தின்னட்டுமே! வலிவு கிடைக்கும், மாடுகளுக்குக் கிடைப்பது போல!' என்று கொக்கரித்த அமுல் நிரம்பிய நாட்களல்லவா. பண்பு வளர்க்கும் பல்கலைக் கழகங்களா அமைத்தனர்? பஞ்சமாபாதகம் நெளியும் படுகுழிகளைப் பளிங்குமாடங்களில் அமைத்துக் கொண்டனர்.

காற்றில் சிக்கிய மலரின் இதழும், கனவான் விருந்திலே கலந்து கொண்ட காரிகையரின் இதழும், பட்டபாடு கொஞ்சமா - அதற்குப் பெயர்தான் பண்பா?

உழைத்து அலுத்த மக்கள் உணவின்றி வாட, உலுத்தர் கூட்டம் எத்துணை அளவு பணத்தைப் பாழாக்குவது? கோடி கோடியாக! பரிவாரங்களின் செலவு கொஞ்சமா! பாழாக்கப்படும் பண்டங்கள் எத்துணை. நந்திப் பிழைப்போர் கொத்தித் தின்று ஏப்பம் விட்டபடி இருந்தனர் பெரும்பொருளை, காமவல்லிகள் கண்காட்டுவர்; கட்டித் தங்கத்தை அவர்கள் காலடியில் கொட்டுவர்! இடையொன்று அசையும்; சில இலட்சங்கள் அவள் இரும்புப் பெட்டியில் போய்ச் சேரும்.

“உன் கண்ணொளி, வைரத்துக்கு ஏது?” என்பான் அரச குடும்பத்து இளைஞன்!

“கொடுத்துப் பார்த்தால்தானே தெரியும்” என்பாள் கைகாரி!

வைரமாலை அவள் கழுத்துக்குப் போய்ச் சேரும்.

அவள் யார்? என்ற கேள்வி கிளம்பியதும் இவ்வளவு பணம், இந்த இடம், இந்த நேரம், என்று பதிலளிக்க ஆட்கள் அரண்மனையில் உண்டு.

சேடிக்குப் பணம் கொடுத்துச் சீமாட்டியின் துணை கொண்டு அரண்மனைக்குள் நுழைவது! அங்குச் சென்றதும், அழகும் அப்பாவித்தனமும் ஒருங்கே கொண்ட அரச குடும்பத் தவளைத் தேடிப்பிடிப்பது, தேனொழுகப் பேசுவது, தேவலோகம் போக வேண்டும் என்றோர் ஆசை, உன்னைக் காணும்வரை இருந்தது என்று கூறுவது; அவள் “போதுமே கேலி” என்பாள். “அதோ அந்த மலர்ப்புதர்” என்பான் இவன்; ஐயையோ! அது அந்தச் சீமாட்டியின் சொந்தமாயிற்றே” என்பாள் இவள். பிறகு இடத்துக்கா பஞ்சம்! இப்படிப்பட்ட கோலகலத்தில் மூழ்கி, நாட்டுச் செல்வத்தை ஒரு சிறுகூட்டம் பாழாக்கிக் கொண்டிருந்தது. பார்த்துப் பார்த்துப் பதைத்த மக்கள், பண்பு ஆராய்ச்சியா நடத்திக் கொண்டிருப்பர்.

ஏழையின் கண்ணீரைக் கண்டு, பெருமூச்சைக் கேட்டு, காய்ந்த வயலைப் பார்த்து, தேய்ந்து கிடக்கும் உடலைப் பார்த்து, கண்களிலே, “கடுமை” குடி ஏறுவது பார்த்து, ஆட்சி நடத்தினோர் பாடம் பெற்றிருந்தால், திருத்தம் ஏற்பட்டிருக்கும்; தீ பரவாதிருந்திருக்கும்.

ஒரு சமயம், பதினைந்தாம் லூயி அலங்கார வண்டியில் போய்க் கொண்டிருக்கிறான். உடன் வந்த சீமானை மன்னன் 'இந்த வண்டி என்ன விலை போகும்? சொல்லு பார்ப்போம்' என்று கேட்டான்? சீமான், '8000 லிவரி (பிரான்சு நாணயம்) இருக்கும்' என்றான். மன்னன் சிரித்துவிட்டு, 'இதற்கு 30,000 லிவரி கொடுக்கப்பட்டது. கொள்ளையே அடிக்கிறார்கள், என்னைச் சூழ இருப்பவர்கள்'' என்றான்.

வழக்கு மன்றத்திலே, கோழி திருடியதாகக் கூண்டிலேற்றப் பட்ட ஏழைக்கு, நியாயம், தர்மம் இரண்டையும் மதிக்காத கயவனுக்கு எட்டாண்டு தரப்பட்டது என்று நீதிபதி கூறுகிறார்! மன்னனைச் சுற்றிக் கொள்ளைக்காரர்கள், பட்டுச்சட்டை போட்டுக் கொண்டு நிற்கிறார்கள்!

பிரபுக்களின் கோலாகல வாழ்வைக் கண்டிக்கும் துணிவு, மதத்தலைவர்களுக்கு இல்லை - ஏன்? அவர்களே பிரபு குடும்பத்தினர்! உடையிலே மாறுபாடு இருந்தது; நடவடிக்கையில் அல்ல!

ஜெபமாலை, கூர்வாள், செங்கோல் - மூன்றுமே ஏழைக்கு வாழ்வு அளிக்கவில்லை. எனவே அவனுக்கு எதிலும் நம்பிக்கை நசிந்துவிட்டது.

மாண்டவர் போக மீதமிருந்தவர்களின் மனப்போக்கு மாறிக்கொண்டு வந்தது. பணிவு குறைந்தது; துணிவு துளிர்த்தது! கண்ணீர்விட்டுக் கிடந்த மக்கள், சீமான்களைக் கண்டால், காரித் துப்பலாயினர். கசையடியால் மாண்டிருப்பான் தகப்பன், அவன் மகனோ, கல்லெடுத்து வீசுவான் சீமான் மீது. எரிச்சல், எதிர்ப்பு உணர்ச்சியை ஊட்டிற்று. இந்தக் குறியைக் கண்டுகொள்ள வில்லை, ஆட்சி நடத்தினோர்! ''இதுகள்'' எப்போதும் இதுபோலத்தான் கிடக்கும் என்று எண்ணினர்; ஏமாந்தனர்! 'பசியைத் தாங்கிக்

கொள்வார்கள்; பாபம் புரியமாட்டார்கள் பாமரர்' என்றார் மதகுரு. 'அந்தப் பைத்தியக்கார எண்ணம் எங்களை விட்டுப் போயே விட்டது' என்றான், கொடுமைக்கு ஆளான ஏழை. கடல் கொந்தளிக்கத் தொடங்கிற்று. கலத்திலிருந்தோர் அந்த ஒலியை அறியவில்லை; வெறிக்கூச்சல் செவியில் சங்கீதமாக வீழ்ந்து கொண்டிருந்ததால்.

மேரி அன்டாயினட், பிரான்சு நாட்டுக்கு அரசியாவதையே அந்த நாட்டு மக்கள் வெறுத்தனர் - அவள் ஆஸ்ட்டிரிய நாடு என்பதால்.

வந்த மேரியும், மக்கள் மனத்தைக் கவர முயலவில்லை; வசீகரத்தைக் கண்டு புகழும் சீமாட்டிகளைத்தான் தேடிக் கொண்டாள்.

மன்னன் அத்துணை அட்டகாசம் ஆடம்பரம் தேடுவதில்லை; அரசிக்கு அஃதன்றி மகிழ்ச்சி தரும் வேறு பொழுது போக்கு இல்லை. தரம் கெட்ட கொட்டகை செல்வாள்! தாறுமாறாக நடனமாடி மகிழ்வாள்! கோமாளி வேடம் பூண்டு நாடகமாடுவாள்! மக்கள் அருவருப்புக் கொள்ள என்னென்ன செய்ய வேண்டுமோ, அவ்வளவையும் சிரமப்பட்டுப் பொருள் செலவிட்டுச் செய்துவந்தாள்.

அரசி மேரியின் அணிமணிகள் உடை வகைகள் புதிது புதிதாக வடிவம், வண்ணம், மாறும். உடனே உல்லாச உலகு அந்த 'தரத்தை'ப் பின்பற்றும்.

தலையணியில் இறகுகளைச் செருகிக் கொள்ளும் வழக்கத்தை அரசி புகுத்தி இறகுகளின் விலையே ஏறிவிட்டதாம்.

இந்த அழகைத் தன் தாய் காணவேண்டுமென்று, படம் தயாரித்து அனுப்பினாளாம் அரசி. அவள் தாய் மெரயா,

தெரிசா படத்தைத் திருப்பி அனுப்பிவிட்டு "நான் பிரான்சு நாட்டு அரசியின் படத்தை எதிர்ப்பார்த்தேன். இந்தக் கடைசித் தரமான நாடகக் காரியின் படத்தை எதிர்பார்ப்பதே; இந்தக் கடைசித் தரமான நாடகக்காரியின் படத்தையல்ல" என்று கடிதமே அனுப்பினார்களாம்.

பிரான்சு நாட்டுச் செல்வவான்களுடன் லியான்சு நகரப் பட்டிலே ஆடைகள் தயாரித்து அணிவது வாடிக்கை. பெரும் பொருள் போட்டுப் பலர் அந்தத் தொழிலை நடத்தி வந்தனர். பல ஆயிரக்கணக்கான நெசவாளர் பிழைத்து வந்தனர்; திடீரென்று அரசி, லயான்சு பட்டாடையை விட்டு விட்டு, பிரசல்ஸ் நகரில் தயாரிக்கப்பட்ட வெள்ளை வண்ணத் துணியில் ஆடைகள் தயாரித்து அணியலானாள். அரசி அணியவே அனைவரும் அதனையே தேடினர். லயான்சு நகரில் தொழில் கெட்டது. பிழைப்பு கெட்டது. அரசி ஏன் இப்படி எம்மைக் கெடுக்கிறாள் என்று கேட்டனர் தொழிலாளர். இது தெரியாதா? பிரசல்ஸ் நகர வெள்ளை ஆடை தயாரிக்கும் தொழிலால் இலாபம் தேடத்தான் நமது வயிற்றில் மண் போடுகிறாள்" என்றனர் வெகுண்ட மக்கள்! அவர்கள் கூறியதில் உண்மை இல்லாமற் போகவில்லை.

வெறுப்பு நிரம்ப ஏற்பட்டுவிட்ட நிலை. மக்களின் நிலையை எடுத்துக்கூறிடப் பலர் முன்வந்தனர்.

பகுத்தறிவு வால்டேர் மூலம் பரவிற்று; ரூசா அரசியல் தெளிவு அளித்து விட்டார்; உரிமைக்காக அஞ்சாது போரிட்டால், எத்தகைய ஆதிக்க அரசையும் வீழ்த்தலாம் என்பதை அமெரிக்கா நடத்திக் காட்டிய 'விடுதலைப் போர்' எடுத்துக் காட்டிவிட்டது. அமெரிக்கா சென்று திரும்பியவர்கள், 'கதை, கதை'யாகக் கண்டவற்றைக் கூறினர். முச்சந்திகளிலும், உணவுக் கடைகளிலும், வயலோரத்திலும், தொழிலிடங்களிலும், இதே பேச்சு!

"ஆமாம், அமெரிக்கரின் வீரம் அப்படிப்பட்டது. நம்மைப் போலவோ, குட்டக் குட்டக் குனிந்து கொடுப்பார்கள். அவர்கள் மனிதர்கள்! நாம் நடைப்பிணங்கள்!" என்று கூறுவான் ஒருவன் 'இரு, இரு; பொறு, பொறு' என்பான் இன்னொருவன். "எது வரையில்? நமது எலும்புகளை எடுத்து இசைக் கருவி அமைத்து நரம்புகளை அறுத்தெடுத்து அதிலே குளிரச் செய்யும் வரையில் பொறுத்திருக்க வேண்டுமா?" என்று குத்திக் கேட்பான் இன்னொருவன். 'என்னதான் செய்வது' என்பான் வேறொருவன். 'சாகுமன் கொடுமையை எதிர்ப்பது' என்பான் அமெரிக்கா சென்று வந்தவன். 'வலிவு?' என்று கேட்பான் இளைத்தவன். அவன் இதயத்தைக் காட்டி 'இங்கு இருந்தால் போதும்' என்பான் அமெரிக்கக் காட்சி கண்டவன். அமெரிக்க விதைப் பண்ணையிலிருந்து புரட்சிக்கான தரமான வித்து கிடைத்தது.

இதற்கிடையில் கவலையற்ற மன்னனையும் கலங்கச் செய்யும் விதமாகப் பொருளாதார நெருக்கடிகள் கிளம்பின. அமைச்சர்கள் மாறி மாறி அமர்த்தப்பட்டனர். நெக்கர் போன்றவர்கள் தமது நிபுணத்தனம் நாட்டைக் காத்திடும் என்று நம்பி உழைத்தனர். ஆனால் மூண்டு கிடந்தவற்றைக் களைந்திட முடியவில்லை. அமைச்சர்கள் மாறினர், அவதிகள் வளர்ந்தன; மக்களின் ஆர்ப்பரிப்புக் கிளம்பிற்று. தீர்க்க முடியாத சிக்கலும், அடக்கிட முடியாத தொல்லையும், போக்கிட முடியாத நெருக்கடியும் ஏற்படும்போது மட்டுமே, ஸ்ட்டேட்ஸ் ஜெனரல் எனும் கூட்டு மன்றத்தைக் கூட்டுவது வழக்கம். பிரான்சு மன்னர்கள் இதைக் கூட்டுவது என்றால் தயங்குவர்.

கூட்டு மன்றம் என்பது, மக்களின் பிரதிநிதிகள், மதத்துறை உறுப்பினர், பிரபுக்கள் எனும் மூன்று பிரிவினரும் ஒன்றாகக் கூடி, நாட்டுக்கு வந்துற்ற கேடு போக்க வழிகாண ஏற்பட்ட அமைப்பு.

படை பலமும், சட்டத்தின் துணையும் போதுமானதாக இல்லை; மக்களின் கூட்டுச் சக்தி திரட்டப்பட்டாலன்றி நெருக்கடி தீராது என்பதை அறிவிக்கும் சம்பவம், கூட்டு மன்றம் கூட்டுவது.

கூட்டு மன்றம் கூடினால் மன்னரின் ஆட்சி முறையைத் தகர்த்திடும் ஆற்றல் கிளம்பிவிடும் என்பது மன்னர்களுக்கு இருந்து வந்த அச்சம்.

அச்சப்பட்டுப் பயன் இல்லை. எனவே பதினாறாம் லூயி, கூட்டு மன்றம் கூட்டச் செய்தான். கூட்டு மன்றம் 1789ஆம் ஆண்டு மே 5ஆம் நாள் கூடிற்று.

மக்கள் உழைத்துப் பொருள் தருவர். பிரபுக்கள் வீரத்தால் நாட்டுக்குப் பாதுகாப்புத் தருவர்; மதத் தலைவர்கள் ஜெபம் செய்து மக்கள் உய்வுக்கான அருள் தேடித் தருவர் என்பது தத்துவம்.

நடைமுறை அடியோடு மாறிவிட்டது. மக்கள் தமது 'பங்கினை' தேவைக்கு அதிகமாகவே செலுத்திக் கொண்டு வந்தனர்; பிரபுக்களும் பூஜாரிகளும், பெயர் கண்டு திருப்திப்படச் சொன்னார்கள். செயலோ சீர்கேடானவை.

கூட்டுமன்றம் கூடுவதென்பது, பிரான்சு நாட்டிலே புனிதமான நிகழ்ச்சி.

மக்களுக்கு மட்டற்ற மகிழ்ச்சி. ஏற்கெனவே ஏற்பட்டு விட்டிருந்த விழிப்புணர்ச்சியும் எழுச்சியும் பன்மடங்கு வளர்ந்தது.

பிரான்சு நாட்டிலே, உரிமை வேட்கையையும் ஊராளும் முறை பற்றிய தெளிவையும் ஊட்டப் பல கழகங்கள்

அமைக்கப் பட்டிருந்தன. அவற்றில் மிக அதிகமான செல்வாக்குடன் விளங்கியது ஜாகபின்ஸ் என்பவர்களின் சங்கம். இந்தச் சங்கம் புரட்சிக் காலத்தில், மிகத் தீவிரமாகப் பணியாற்றிற்று. இதிலே பயிற்சி பெற்றவர் பலர் மக்கள் மன்றத்தில் இடம் பெற்றனர்; ஆட்சிக் குழுவிலும் பணியாற்றினர். பேதமும் உட்பூசலும் ஏற்பட்டுப் பிறகு கலகலத்துப் போய்விட்டது என்றாலும், 'ஜாகபின் சங்கம்' மக்களிடையே உரிமைக் கனலை மூட்டி வெற்றி கண்டது.

வர்சேல்ஸ் நகரில் மே 2-ம் நாள் கூட்டுமன்ற உறுப்பினர்களை மன்னருக்கு அறிமுகப்படுத்தி வைக்கப்பட்டது.

நாலாம் நாள் கூட்டு மன்றத்தினர் 'அருளைப் பெற' மாதாகோயில் சென்றனர். சாமான்யர்களே தேவாலம் செல்லும் ஊர்வலத்தின் முன்வரிசையில் செல்ல வேண்டும் என்பது முறை. அதன்படி மக்களின் பிரதிநிதிகள் முன்னால்நடந்தனர். இரண்டாவது வரிசையில் ஆடம்பர உடையுடுத்திய பிரபுக்கள்; பிறகு மத அமைப்புக்களிலிருந்து - வந்தவர்கள்; கடைசியில் மன்னன்!

மக்கள் ஊர்வலத்தின் முன்வரிசையில் வந்த, தமது 'பிரதிநிதி'களைக் கண்டதும் களிப்புடன் ஆரவாரம் செய்தனர்; பிரபுக்களை ஏற இறங்கப் பார்த்தனர். வரவேற்கவில்லை; மதத்தலைவர்களை வெறுப்புடன் பார்த்தனர்; மன்னனை அருவருப்புடன் பார்த்தனர்.

வரலாறு எவ்வாறு அமையப் போகிறது என்பதற்கான அறிகுறி அன்றே தெரிந்துவிட்டது.

பணம் பெற வழிகூறும் கூட்டு மன்றம் என்று மன்னனும் அவன் பரிவாரமும் எண்ணினர்; ஆட்சி முறை எப்படி இருக்கவேண்டும்? மக்களின் உரிமைகள் எவ்வாறு

பாதுகாக்கப்படவேண்டும் என்பதற்கான திட்டம் வகுத்துக்கொள்ள இதுதான் நல்ல வாய்ப்பு என்று விடுதலை விரும்பிகள் தீர்மானித்தனர்.

அரியணையில் அரசன் அமர்ந்தான்; குடும்பத்தினர் படிகளில் அமர்ந்தனர்; வலப்புறம் மதத் தலைவர்கள், இடது புறம் பிரப்புகள், கோடியில், சற்றுத் தாழவாக இருந்த இருக்கையில், மக்களின் சார்பிலே உறுப்பினரானோர் உட்கார்ந்தனர்; அன்றைய அரசியல் அமைப்பு அது; அதனை மாற்றத் துணிவும் வலிவும் கொண்டோர், 'முன்னிடம்' பிடிக்கவில்லை. பிடித்துக்கொள்ளப் போகிறார்கள் என்பது பார்வையால், பேச்சால் தெரியவந்தது.

மத அமைப்புகளின் உறுப்பினர் எண்ணிக்கை 290. பிரபுக்கள் சார்பில் இடம் பெற்றோர் 266. மக்கள் சார்பில் வந்திருந்தோரின் எண்ணிக்கை 584! சமூகத்தின் படப்பிடிப்பு போல் இருந்தது, அந்தக் கணக்கு. அந்த 584 பேர்களில் 121 பேர் வழக்கறிஞர்கள், 16 மருத்துவர், 162 பேர் வணிகர்கள் அல்லது சிறு பண்ணைகளின் சொந்தக்காரர்கள்.

மன்னர், கூட்டு மன்றத்தின் கடமை குறித்துச் சொற்பொழிவு நிகழ்த்தினார். அலுவலைக் கவனிக்க சொல்லி விட்டுச் சென்றனர்.

அலுவலைக் கவனிக்க, மக்களின் உறுப்பினர் துடிக்கின்றனர். பிரபுக்களும் மதச்சார்பினரும் ஒத்துழைப்புத் தரவில்லை; முன்னவர் மறுக்கின்றனர். பின்னவர் தயங்குகின்றனர்.

"நாமே அலுவலைக் கவனிப்போம்' என்று மக்களின் பிரதிநிதிகள் தீர்மானித்தனர்; மதச் சார்பினரும் ஒத்துழைக்கத் தயாராயினர். இதை நாடு வரவேற்று மகிழ்ந்தது.'

பால்தரும் கொழுத்த பசுவைக் கொண்டுவந்து கட்டி யிருக்கிறோம்; தொழுவத்தில் என்று ஆட்சி நடத்தியோர் எண்ணிக் கொண்டனர்; நாட்கள் செல்லச் செல்ல, புலி உறுமுவது கேட்டது!

தமது பிரதிநிதிகளை மன்றத்திலும் வெளியிலும் கூடி மக்கள் உற்சாகமூட்டினர்.

"எமது அரசு ஏற்படப் போகிறது, எத்தர்களே! அறிமின்! தீர்த்துக் கட்டுமுன் திருந்துமின்!" என்று மக்கள் கூட்டம் மமதையாளரை நோக்கி முழக்கமிட்ட வண்ணமிருந்தது. எங்கும் எழுச்சி! உரிமைப் பேச்சு! எதிர்த்து நிற்கும் போக்கு! எவரும் எமக்கு நிகர் இல்லை என்ற நோக்கம்! புயல் கிளம்புகிறது என்பது புரியலாயிற்று.

நெக்கர், மன்னன் தன் ஆட்சி முறையைத் திருத்தி அமைக்க வேண்டும் என்று வற்புறுத்திப் பார்த்தான். மற்றவர்கள் மன்னனை உசுப்பிவிட்டனர். கூட்டு மன்றத்தை மன்னன் மீண்டும் சந்திப்பது என்று ஏற்பாடு செய்யப்பட்டது. சூன் மாதம் 22ஆம் நாள் அதற்காகக் குறிக்கப்பட்டடது! ஆனால் 20ஆம் நாளே, 'அரசனின் ஏவலர்கள் மன்றம் நுழைந்து அரசன் வருகைக்கான அமைப்புச் செய்யவேண்டும்; அனைவரும் வெளியேறுக!' என்று உத்தரவிட்டனர்.

இதுபோன்ற அட்டகாசத்தை அழித்தொழிக்கத்தான் மக்களின் உறுப்பினர் கூடினர்; அவர்களிடமே ஆட்சியாளரின் அம்புகள் வம்புக்கு நின்றன.

எதிர்ப்பு எழுந்தது. இடையில் பந்தாட்ட அரங்கிலே கூடலாம் என்ற யோசனை கூறப்பட்டது. அங்குச் சென்று, கூட்டத்தைத் தொடர்ந்து நடத்தலாயினர்.

கூட்டு மன்றத்தைக் கூட்டிவிட்டுக் கேவலப்படுத்துவது எத்தகைய அறிவீனம் என்பதை அரசன் உணரவில்லை. அரசனை அண்டிப்பிழைத்துவந்த ஆள் விழுங்கிகள், அரசனுக்குத் தவறான பாதையைக் காட்டினர். 23ஆம் நாள், மன்னன் மன்றம் வந்தான். மக்களின் உறுப்பினர்களை, பக்கவாட்டத்தில் உள்ள கதவருகே நிறுத்திவைத்தனர், பிரபுக்கள் முன்வாயிற்படி வழியாகச் சென்று அமரும் வரையில்! பிறகு மக்கள் பிரதிநிதிகள் உள்ளே விடப்பட்டனர்! அவர்கள் உட்கார இடமே இல்லை. பிரபுக்களும் மதத்தலைவர்களும் இருக்கைகளைப் பிடித்துக் கொண்டனர் தம்மைக் கேவலப்படுத்து கிறார்கள் என்று அறிந்து, வேதனைப்பட்டனர்; இருப்பினும் பொறுத்துக் கொண்டனர்.

மன்னன், அறிவுரை கூறலானான்; "ஆகாத வழி செல்லாதீர்; அரசாள நானறிவேன்; உரிமை தேடி அலையாதீர்! வரம்பு அறிந்து வாழுங்கள். மக்களின் நல்வாழ்வை நான் கவனித்துக் கொள்வேன். இனி, மூன்று பிரிவினரும் தனித்தனியாக இருந்து, அலுவலைக் கவனியுங்கள்." என்ற கருத்துப்பட மன்னன் பேசினான். மக்கள் உறுப்பினருக்குப் பெருத்த ஆச்சரியம். இத்துணை கண்டிப்பு மன்னனுக்கு எங்கிருந்து வந்தது என்ற ஆச்சரியம். மன்னனைப் பிரபுக்கள் ஏவிவிட்டிருக் கிறார்கள் என்பது புரிந்துவிட்டது.

மன்னன் புறப்பட்டான் அரண்மனைக்கு - பிரபுக்கள் புடைசூழ! மதத்தலைவர்களில் சிலர் சென்றனர்; சிலர் மக்களோடு கூடிக் கொண்டனர். மன்றத்தைத் தொடர்ந்து நடத்தலாயினர். மன்னனின் ஆணை பெற்ற அதிகாரி, "அரசன் உம்மைக் கலைந்து போகச் சொல்லி உத்தரவிட்டதைக் கேட்டீர் களல்லவா?" என்று கேட்டான். "மன்னன் கருத்தைக் கூறினார். நாங்கள் மக்கள் கட்டளையை நிறைவேற்றக் கூடினோம். அந்த வேலையை வெற்றிகரமாக முடித்திடாமல் கலையமாட்டோம், என்பதைப் போய் உன் எஜமானனுக்குச்

சொல்" என்று முழக்கமிட்டான், மிராபோ! விடுதலைப் போரின், முதல்முரசு ஒலித்துவிட்டது.!!

அரண்மனையிலிருந்து உத்தரவுகள் கிளம்பின. மக்கள் மன்றம் அவற்றை ஏற்க மறுத்தது. ஆதிக்கம், ஆள்அடிமை கொள்ளும் முறை யாவும் ஒழிக்கப்பட்டாக வேண்டும் என்ற திட்டம் பற்றி மன்றம் பேசிற்று. நாடு மன்றத்தை வாழ்த்திற்று; மக்களின் போர்க்கோலம் கண்டு, பிரபுக்கள் பதுங்கினர், அரண்மனைக்குள் அச்சம் படை எடுத்தது. அணி அணியாக மக்கள் கிளம்புவர், எதிர்ப்படும் ஆதிக்கக்காரரை அடித்து நொறுக்குவர். விடுதலைக்குப் பாடுபடுவோரின் வேண்டுகோளின்படி, பாதுகாப்புப் படை திரண்டது. பாஸ்ட்டிலி சிறைச்சாலை தூளாக்கப்பட்டது ஜூலை 14இல்! மக்கள் அதனை விழாவாக்கி மகிழ்ந்தனர்.

(திராவிட நாடு - 1960)

★★★

9 788198 806918